पल्लवी

वपु काळे

मेहता
पब्लिशिंग
हाऊस

CHATURBHUJ by V. P. KALE

चतुर्भुज : वपु काळे / कथासंग्रह

© स्वाती चांदोरकर व सुहास काळे

मराठी पुस्तक प्रकाशनाचे हक्क मेहता पब्लिशिंग हाऊस, पुणे

प्रकाशक : सुनील अनिल मेहता, मेहता पब्लिशिंग हाऊस,
१९४१ सदाशिव पेठ, माडीवाले कॉलनी, पुणे – ४११०३०.

मुखपृष्ठ : चंद्रमोहन कुलकर्णी

प्रकाशनकाल : तिसरी आवृत्ती : एप्रिल, १९९७ /
मेहता पब्लिशिंग हाऊसची चौथी सुधारित आवृत्ती : ऑगस्ट, २००८
फेब्रुवारी, २००९ / जून, २०१० / ऑगस्ट, २०१२ /
एप्रिल, २०१३ / जून, २०१४ / नोव्हेंबर, २०१५ /
पुनर्मुद्रण : सप्टेंबर, २०१७

P Book ISBN 9788177669831
E Book ISBN 9788184989328

E Books available on : play.google.com/store/books
m.dailyhunt.in/Ebooks/marathi
www.amazon.in

स्वतःच्या अस्तित्वाची जाणीव करून
न देता सगळ्यांच्या मदतीला धावणारा
शरद म्हेत्रे
ही आवृत्ती शरदाला
                    – वपु

अनुक्रमणिका

चतुर्भुज

ह्या टोकापासून त्या टोकापर्यंत प्लॅटफॉर्मला मी मारीत असलेली ही फेरी आठवी होती! प्लॅटफॉर्म माणसांनी सांडेपर्यंत भरलेला होता. एकमेकांच्या धक्क्यांनी माणसं फक्त रेल्वेलाइनवर पडत नव्हती इतकंच!- वेड्यावाकड्या पसरलेल्या ट्रंका, होल्डॉल्सची बेडौल गाठोडी, टिफिनचे डबे आणि मग्स, सामानांच्या ह्या डोंगरातच सर्वत्र पसरलेली माणसं! माणसं!

ही एवढी कोठून आली? बरं, आली तर आली, कुठून का येईनात! पण ही सगळी ह्याच गाडीला का तडफडलीत? कधीनवं ते मी पुण्याला चाललोय. शक्यतो मी प्रवास टाळतो. अऋणी, अप्रवासी तो सुखी. पण आता अगदी जीवनमरणाचा प्रश्नच उद्भवला! मग नको जायला? पुष्पाचं पत्र गेल्या कैक दिवसात नव्हतं ते आजच दुपारी आलं होतं. त्या पत्रातला मजकूर दाहक होता. तिच्या वडिलांनी आमच्या लग्नाला म्हणे विरोध केला होता. त्यांच्या मते अस्मादिक 'मवाली'. माझ्या नादी लागून पुष्पाचं जीवन मातीमोल होणार! ह्याउप्पर पुष्पा माझा नाद सोडणार नसेल तर तिला तिचा मार्ग मोकळा, वगैरे वगैरे! पण ह्या मजकुरापेक्षा पत्रातला उत्तरार्ध जास्त चांगला! सनसनाटी! पहिला स्वातंत्र्योत्सव म्हणून मुंबईचा थाटमाट पाहण्यासाठी पुष्पा व तिचे 'प. पू. पि.' *(परमपूज्य पिताजी)* उद्या सकाळी पुण्याहून मुंबईला येणार होते. त्यापूर्वीच मी पुण्याला हजर होऊन; प्लॅटफॉर्मवरील गर्दीचा फायदा घेऊन, एखाद्या रहस्यकथेत शोभेल अशा रीतीनं पुष्पाला पळवावं वगैरे आखणी होती. कदाचित तिचे प. पू. पि. मुंबईला न येता तिला फक्त स्टेशनवरच सोडायला येण्याचीही शक्यता होती. कोणत्याही परिस्थितीत मी मात्र पुण्याला जाणार एवढं नक्की होतं!-

आज चौदा ऑगस्ट! ऑफिसातून घरी येतो, तो हे पत्र. तसाच इतर कामं

आटोपून बोरीबंदरवर आलो, तो इथं ही जत्रा! पावसाळ्यात माळरानावर गवत काय माजावं तेवढी माणसं इथं उगवलेली! ठिकठिकाणी बसलेली, लोळणारी, जातायेता तांबूल सेवन करून बसल्याजागी रंगकाम करणारी!

एक ना दोन.

मन आंबून गेलं, विटून गेलं. प्लॅटफॉर्मवरची माणसं आणि वेडेवाकडे वाटेत आलेले ट्रंकांचे कोपरे चुकवीत चुकवीत हिंडताना मी पार खचलो. मनाला उमेदच वाटेना.

समोर पुण्याला जाणारी पॅसेंजर उभी होती. खिडक्याखिडक्यांतून माणसं, त्यांच्या पाठी, एकमेकांच्या उरावर बसलेली माणसं. आरडाओरडा, ब्रह्मांड समोर होतं. गाडी सुटायला पंधरा मिनिटं होती आणि त्या दृष्टीनं 'जागा आहे' असं म्हणण्यासारखं एकच स्थान राहिलं होतं. ते म्हणजे इंजिन!

माझ्यासमोर उभ्या आयुष्याचा प्रश्न होता, अगदी जीवनमरणाचा सवाल होता आणि पंधराच मिनिटांनी सुटणाऱ्या पॅसेंजरमध्ये पाऊल ठेवायला जागा नव्हती. त्या क्षणी मला ज्यानं जागा दिली असती त्याला मी दरमहा माझा निम्मा पगार बहाल केला असता.

हे सगळं कमी होतं म्हणूनच की काय, समोरून एक भली मोठी कैद्यांची रांग आली. एका हातकडीत दोघं अशा पंचवीस जोड्या होत्या. मी मनात म्हणालो, 'तुम्ही आम्ही सगळेच कैदी! प्रत्येकजण कुठं ना कुठं अडकलेला. कुणाची बेडी दिसते तर कुणाची दिसत नाही, एवढाच फरक! आता पाहा ना. मी इथं त्रिशंकुसारखा मुंबईत पण नाही, पुण्यातही नाही, तर फक्त प्लॅटफॉर्मवर!'

पण हे काहीच नाही. त्या कैद्यांच्या फलटणीबरोबर एक पोलीस ऑफिसर चालला होता, त्याला पाहून तर मी चाटच पडलो. लहानपणी वाऱ्याच्या फुंकरीनं उडून जाणारा, मोठेपणी पटेल स्टेडियमवर फ्रीस्टाइल खेळताना दिसला तर काय वाटेल? तीन चोक किती हे ज्याला कधी बिनचूक सांगता आलं नाही, तो मोठेपणी रँग्लर झाल्याचं ऐकून काय वाटेल? – ज्याच्या चेहऱ्यावरची माशी कधी हलत नव्हती तो 'गण्या ठोमरे' पोलिसात? – एवढ्या रुबाबात? – छे, त्याला चुकवलंच पाहिजे. लहानपणी त्याला सतावलं नाही असा एकही तास गेला नाही. तो रडला नाही असा दिवस मावळला नव्हता. मास्तर लोकांनी तर पुढं पुढं त्याला स्वत:जवळच बसवायला सुरुवात केली होती!

कैद्यांची ती फलटण समोरच्याच एका रिकाम्या डब्यात कोंडण्यात आली. तुरुंगातल्या एकजात पोषाखामुळं ते कैदी लोकर वाढलेल्या मेंढरांसारखे दिसत

होते. त्या कैद्यांची मी लांबून पाहणी करीत असताना पाठीवर सणसणीत थाप बसली.

'ओळखलंस का?' ठोमरेनं विचारलं.

'न ओळखायला काय झालं?' – मी चाचरत म्हणालो. मघापासून माझ्या इकडून तिकडे बऱ्याच फेऱ्या झाल्या. अंगावरचे कपडेही बेतासबात होते. हातात सामान नव्हतं. अनेकांनी मला पुन:पुन्हा पाहिलं; आणि आता एक पोलीस ऑफिसर माझ्या मानेपाशी हात ठेवून माझ्याशी बोलत होता. लांबून पाहणाऱ्याला आम्ही मित्र आहोत हे कळेलच असं नाही!

''पुण्याला का?'' ठोमरेनं विचारलं.

''जायचं होतं.''

''मग माशी कुठं शिंकली?''

''जागा कुठाय? लोंबकळत जाईन म्हटलं तर तेवढीही जागा नाही.'' मी अगतिकतेनं म्हणालो.

''जायलाच हवं का?'' ठोमरेनं विचारलं.

मी लगेच म्हणालो, ''जीवनमरणाचा प्रश्न आहे'' माझ्या डोळ्यासमोर पुष्पाचा चेहरा आला.

''चल, मी तुझी सोय करतो.''ठोमरे म्हणाला.

''देवासारखा आलास. पण सोय कशी करणार?''– मी विचारलं.

''मी त्या कैद्यांना पुण्यापर्यंत नेतोय. पंधरा ऑगस्ट म्हणून त्यांना शिक्षा माफ आहे. त्या सगळ्यांना पुण्यात गेल्यावर सोडायचंय.''

''बरं मग?'' – मी विचारलं. ठोमरे शांतपणे म्हणाला, ''तू पण तसाच त्यांच्याबरोबर चल. गाडी सुटताना माझ्यापाठोपाठ डब्यात ये.''

''कैद्यांच्या डब्यात!''

''त्याला काय झालं?''''वा, वा, आमची पोझिशन...''

''रात्रीचं कोण बघतंय?– आता दारं-खिडक्या बंद करणार त्या एकदम पुण्याला उघडणार. तू वाटलं तर शिवाजीनगरला उतर आणि डबा बदल.'' ठोमरे निर्विकारपणे म्हणाला.

मी विचारात पडलो. तसा काही धोका नव्हता. माणूस नेहमी, 'कुणाला समजत नाही ना?'– ह्याच फिकिरीत असतो. सुरक्षिततेची हमी मिळाली की माणूस कोणतंही न करण्यासारखं काम करून टाकतो. मलाही ह्यात काही धोका वाटत नव्हता. पुण्याला जायला हवंच होतं. एकदा आयुष्यात हा धोका पत्करला तर पुढच्या सगळ्या जीवनाचं गणित मनासारखं सुटणार होतं. मी निर्णयाला येणार तेवढ्यात शिट्टी झाली. माझ्यासमोर परत पुष्पाचा चेहरा आला

आणि मग मी कैद्यांच्या डब्यात घुसलो – गाडी हलली.

गाडी हलली आणि चालत्या गाडीतून ठोमरे खाली उतरला. पाठोपाठ एका पोर्टरनं गाडीचा दरवाजा बंद करून बाहेरून कुलूप लावलं.

"ठोमरे, हे रे काय?"– मी ओरडलो.

ठोमरे म्हणाला, "मी आहेच मागच्या डब्यात. How can I travel in your compartment?"

– मी आणखीन काही बोलणार तेवढ्यात एकानं माझा डावा पाय खेचला. मी विव्हळत खाली बसलो. राकट आवाजात एकानं विचारलं, "अबे, क्यों चिल्लाता है? अब हम सब आझाद होनेवाले है. बोलो भाई बोलो, गांधी की..."

"जय." डबा ओरडला. गाडीनं वेग घेतला. मी कपाळावर हात मारून घेतला. तेवढ्यात शेजारचा एक कैदी मला धक्का देत म्हणाला, "अरं, का फुकाट वरडतोस? सरकारनं सोडलं नसतं तर काय केलं असतंस? इक्तं दिवस काढलं, आता येक रातीपायी का जीव टाकतुयास?"

मी ह्यावर मोठ्यांदा ओरडलो, "अरे, मी कैदी नाही."

डब्यातले सगळे कैदी ह्यावर मोठ्यांदा गळा काढून हसले. ते हसणं रडण्याहून भेसूर होतं. त्यातलाच एकजण ओरडला, "अरं ऐका रं, ह्यो पावना म्हणतोय की त्यो कैदी नाय!"

"अरं कैदी न्हाय, तर हतं, ह्या डब्यात कशापायी आला? कैदी न्हाय तर काय वार्डर हाय?"

"अरं वार्डर न्हाय, त्यो गवर्नेर हाय."

"व्हय का? अरं, मग बोला गवर्नेरसाहेब की..."

पुन्हा जयजयकार!

तेवढ्यात हातातल्या हातकडीसकट दोघं उभी राहिली. त्यातला एकजण दुसऱ्याला म्हणाला, "अरं म्हाद्या, ह्या माणसाचं म्हननं हाय की त्यो कैदी न्हाय. त्येला आपला वग ऐकवतो का?"

"ह्या वक्ताला?"

"तर त्येला काय झालं? आता आपून समदी सुटनार तवा मंडलीस्नी वग ऐकवतो का?"

"बोलाव चंद्राला, तिच्यावाचून गंमत न्हाय."

"अरं मुर्दाडा, चंद्राचा आपुन गळा घोटला म्हणून तर या हातकडीच्या घोळात अडकलोया, आता कुठची चंद्रावळ?"

हे सगळं सहन करणं अशक्य होतं. सगळी रात्र ह्या वातावरणात घालवणं

अशक्य होतं. जिवाचा आटापिटा करून मी मग बाकावर उभा राहिलो. साखळी खेचण्यासाठी मी हात वर केले; तेवढ्यात माझ्या डाव्या पायावर, पोटरीवर सणसणीत लाथ बसली. विव्हळत विव्हळत मी खाली बसलो आणि लाथ मारणाऱ्या कैद्यावर हात उगारला.

"खामोष!" तो कैदी मोठ्यांदा ओरडला. तेवढ्यात पाठीमागून मला कोणीतरी त्याच कैद्याच्या अंगावर ढकलले. माझी मान आपोआप त्याच्या हातात आली. ती घट्ट पकडीत त्यानं विचारलं,

"तुमच्या मित्राची नोकरी घालवता की काय? त्यानं राव, तुमची पुन्यापावत सोय केली. साखळी वडून तुमी ही चोरी समद्यांस्नी सांगनार की काय?" माझ्या टाळक्यात लख्ख प्रकाश पडला. समोरचा माणूस कैदी आहे ह्याचा विसर पडून मी म्हणालो, "माफ करा राव, आपलं डोकं चालेनासं झालंय. तुम्ही सांगितलंत ते बरं केलंत."

"अवं, एवढ्या परसंगानं तुमचं डोसकं खांद्यावर राहत नाही! ह्या पठ्ठ्यानं आजवर चौदा खून करून पचवलेत." माझी दातखीळ बसली. 'चौदा बटाटेवडे एकदम खाल्ले' या बातमीप्रमाणे, शांतपणे, सहजपणे तो खुनांचा हिशोब सांगत होता. ह्याचाच अर्थ, आत्ता मी आणखीन गडबड केली असती तर त्याची खुनांची संख्या आणखी एकानं वाढली असती. त्यानं मला एखाद्या बोगद्यात तंगडी धरून फेकलं असतं तर कुणाला पत्ता नसता लागला. पन्नास कैद्यांच्या त्या डब्यात आता सगळेच वॉर्डर्स होते. कैदी मी एकटाच होतो.

गाडी कल्याण स्टेशनवर उभी राहिली. डब्याचा दरवाजा उघडला गेला. डब्यात आणखी कैदी कोंबले गेले. डब्यात पुन्हा माणसंच माणसं! श्वास कोंडला गेला. प्लॅटफॉर्मवर समोरच दोन पोलीस ऑफिसर्स उभे होते. त्यांना सामोरं जात ठोमरेनं सलाम ठोकला. त्या तिघांचं आमच्या डब्याकडे हातवारे करीत काहीतरी बोलणं झालं. ठोमरेनं मान डोलावली. अधिकारी निघून गेले. ठोमरे आमच्या डब्याजवळ आला. मी विचारले, "ठोमरे, what is this?"

"तुला प्रवास करणं अशक्य असेल तर तू इथं उतर." ठोमरे म्हणाला. मी गप्प बसलो. तेवढ्यात ठोमरे पुढे म्हणाला,

"मी तुला एक सांगायला आलोय–"

"काय हवंय?"

"तुझ्या लक्षात आलं असेल की ह्या डब्यात सगळ्यांचे युनिफॉर्मस् आहेत. तू एकटाच खासगी कपड्यात आहेस."

"मी तेच म्हणणार होतो. ह्या लोकांना जर आता माफी मिळाली आहे तर तुरुंगातून सोडल्यावर त्यांना नेहमीचे कपडे का नाही दिले? असं खरं म्हणजे

नियमाप्रमाणे करीत नाहीत ना?''– मी ठोमरेला सवाल केला. ठोमरे शांतपणे म्हणाला, ''ती एक खासगी बाब आहे. त्याचं कारण मी बाहेर फोडू शकणार नाही. काहीतरी घोटाळा झालाय आणि सगळ्यांना ह्याच कपड्यात आणावं लागलंय एवढंच सांगतो. म्हणूनच म्हणतो, ज्याप्रमाणं ह्या कैद्यांना मी त्यांचे खासगी कपडे देऊ शकत नाही, त्याचप्रमाणं मी तुला कैद्यांचा युनिफॉर्म देऊ शकत नाही.''

– मी वैतागून विचारलं, ''अरे, पण त्याची गरज काय?''

''आहे. गरज आहे. ऑफिसर लोकांत चर्चा होते. आत्ताच मला खुलासा विचारण्यात आला. तेव्हा माझ्यासाठी एवढं कर.''

''काय करू?''

''हे कपडे काढून दे अंगावरचे.''

''आणखीन काय करू?– तसाच बसू?''

''अंडरवेअर आहे ना? – मग झालं तर. तशी मी तुझी पंचाईत करणार नाही. खडकीला मी तुझे कपडे आणून देईन. शिवाजीनगरला गुपचूप सोडण्याची व्यवस्था करीन – तेव्हा लवकर तयार हो, प्रत्येक स्टेशनवर अशीच तपासणी होणार.''

– ठोमरेला अडवण्याची संधी आली होती; पण त्यात ठोमरेपेक्षा माझंच नुकसान होण्याचा संभव होता. मीच ह्या डब्यात गुपचूप बसलो असं सांगून ठोमरे हात झटकू शकत होता. त्याचं ऐकल्याशिवाय गत्यंतर नव्हतं. बुशकोट आणि पॅन्ट काढून देऊन मी गंजिफ्रॉक व नाइटचा लेंगा, एवढ्यातच राहिलो. नाइटचा लेंगा व तुरुंगाचा युनिफॉर्म ह्यात बहुतांशी साम्य होतं, एवढाच फायदा.

कपडे घेऊन ठोमरे जो गेला, तो परतलाच नाही. शिवाजीनगरला उतरून मला लगेच पुणे स्टेशनवर जायचं होतं. पुष्पा सकाळच्या गाडीनं मुंबईला यायची होती! – गाडीनं शिवाजीनगरही सोडलं व पुणं गाठलं. गाडी बेसुमार लेट होती. म्हणजे पुष्पानं जर जनतेनं जाण्याचं ठरविलं असेल तर जनता सुटायला फक्त वीस मिनिटं होती.

डब्याचं दार उघडलं गेलं. ठोमरे समोर आला. पण पुन्हा त्याच्याबरोबर काही अधिकारी होते व ठोमरे मला एकीकडे 'बोलू नको' म्हणून खुणा करीत होता.

आमची फलटण बाहेर पडली. रात्रभर ह्या कैद्यांनी हैदोस घातला होता. अजून मी वेडा कसा झालो नाही ह्याचं मला नवल वाटत होतं. चौदा खून करणारा महात्मा माझ्याजवळ होता आणि त्याच्याच शेजारचा कैदी, मला

सारखा त्याची प्रेयसी समजून मला कशाही मिठ्या मारीत होता, माझे मुके घेत होता, कोट्या करीत होता आणि त्यावर सगळे हसत होते.

हात मोकळे करण्यासाठी मी हात जरा लांब करतो तेवढ्यात माझ्या हातात बेडी पडली. हातकडी स्वत: ठोमरेने धरली होती.

''अरे हे काय?'' मी विचारताच ठोमरे पुटपुटला, ''चूप राहा. एवढं नाटक करायलाच हवं. आपल्या दोघांनाही. तू एकटाच मोकळ्या हातांचा आहेस.''

तेवढ्यात एका ऑफिसरनं माझ्या पायावर वेताची छडी मारीत विचारलं, ''ह्या साल्याचे कपडे कुठं आहेत?''

''काही विचारू नका. हा प्राणी प्रवासात बेफाम झाला. त्यानं सगळे कपडे गाडीतून फेकून दिले.''

तेवढ्यात दोन हवालदार पुढं येत म्हणाले, ''साहेब, याद्या आणल्यात.''

मग यादीप्रमाणे मोजणी झाली. शाळेप्रमाणं हजेरी झाली. यादीत माझं नाव नव्हतंच! परत तो अधिकारी ठोमरेला म्हणाला, ''ह्या बदमाषाचं नाव यादीत नाही. घोटाळा आहे काहीतरी! What is to be done?''

दुसरा ऑफिसर म्हणाला, ''Send him back.''

माझ्या पायातलं त्राणच गेलं. माझ्या उजव्या हाताला आम्ही आलो ती पॅसेंजर होती. डाव्या हाताला, तीन नंबरला, मुंबईला जाणारी जनता होती. मी मटकन खाली बसलो. तोच त्या हवालदारानं माझी मानगूट दाबीत मला उभं केलं! ठोमरे माझ्याकडे दयेच्या नजरेनं पाहत होता. मी त्याच्याकडे पाहिलं नाही. कारण, माझा भविष्यकाळ संपला होता. माझ्यासमोर हुंदके देणारी पुष्पा आणि खाऊ की गिळू अशा नजरेनं पाहत पुष्पाचे प. पू. पि. उभे होते.

■

चुडा

कुणीतरी धावत येऊन नानांना सांगितलं, 'बाबूकाका आलेत!' नानांच्या कपाळावर लगेच आठी पसरली. माईकडे बघत त्यांनी विचारलं,

"तुम्ही त्याला आमंत्रण केलंत वाटतं?"

"छे, तुमच्या संमतीशिवाय मी कशी परस्पर बोलावीन?"

नाना ह्यावर काही बोलणार तोच पुढं येत बाबूकाका म्हणाले, "अरे नाना, वहिनीला जामू नकोस. मी आपण होऊनच आलोय. घरचं कार्य, आमंत्रणाची काय गरज?"

नानांची अवस्था मोठी बिकट झाली. एक तर त्याला बाबूकाका डोळ्यांसमोर नको होता. त्यात तो आला. आला तो आला आणि आल्याआल्या त्यानं त्याचं बोलणंही ऐकलं. आता काय कपाळ सावरासावर करणार?

"तसं नाही रे, बाबू..."

"मनाला नको लावून घेऊस, मी ऐकलं त्याचं. फक्त मीच ऐकलं ना? मी मनात ठेवणारा माणूस नाही."

– बाबूकाकांनीच उलटी समजूत घातली. तेवढ्यात बाहेरून आणखी एक निरोप आला. तोंड कसं लपवावं हा नानांचा प्रश्न आयता सुटला.

'त्याला चहा-फराळ द्या हो,' असं माईंना म्हणत नाना पटकन बाहेर गेले. तेवढ्यात कुणीतरी माईंना हाक मारली. 'आलेच –' म्हणत त्या गेल्या नि त्याच वेळेला बाबूकाकांना समजलं की मघाशी झालेल्या स्वागताला इथं आणखी एक साक्षीदार होता. त्या साक्षीदारानं बाबूकाकांना वाकून नमस्कार केला. तिच्या हातातल्या चुड्यांकडे पाहत बाबूकाका म्हणाले, "अष्टपुत्रा भव, म्हणू का बाळ? – काळ बदलला म्हणून म्हणतो!"

कुमुद नमस्कार करून उभी राहिली तेव्हा तिचे डोळे भरून आले होते.

"का गं बाळ, डोळ्यात पाणी?"

"बाबूकाका – तुम्हाला नानांनी असं..."

"अगं पोरी, सोड त्याचं! आपलाच माणूस आहे. वेळ असते, अडचण असते, विवंचना असते... जातो बोलून माणूस काहीतरी. ते काय मनावर घ्यायचं?"

कुमुदचा जीव गलबलून गेला. ती तशीच बाबूकाकांकडे बघत राहिली.

"सासरची बरी आहेत ना? – अजून अनुभव नसेल म्हणा, पण कशी वाटतात मंडळी?"

"चांगली आहेत – म्हणजे असावीत." कुमुद म्हणाली.

"ठीक ठीक."

"आता येतीलच."

"कोण?"

"तिकडची मंडळी. तीस माणसं सकाळच्या चहा-फराळाला, पन्नास माणसं जेवायला दुपारच्या! गोरज मुहूर्त आहे, तेव्हा सगळं आधीच व्हायचं ठरलंय." कुमुद हलक्या आवाजात, पण आपलेपणानं सांगत होती. तिच्या मूळ स्वभावाला काहीसं सोडून, वाजवीपेक्षा जास्त तपशीलानं बोलत होती. जणू नानांनी बाबूकाकांचा केलेला अपमान तिला आता पुसून टाकायचा होता.

बाबूकाकांचा संकोच मग कमी झाला. त्यांनी विचारलं,

"म्हणजे आजचा हा एका दिवसाचा खर्च..."

"आपलाच."

बाहेरचं काम संपवून माई आत आल्या. पाठोपाठ लगबगीनं नाना आले. एका बाजूला जाऊन दोघंही अगदी हलक्या आवाजात पण विलक्षण तावातावानं बोलायला लागली. कुठंतरी मामला फार बिनसला असावा! कदाचित लग्न ठरवायच्या वेळी ठरलेल्या कराराला सोडून काही घडलं असावं. बाबूकाकाला ते पाहून वाटलं, पटकन पुढं व्हावं आणि नानाला म्हणावं, 'लांबचा का होईना पण मी तुझा नातेवाईक आहे, तुझ्यापेक्षा परिस्थितीनं गरीब आहे; पण तुझा आहे. जवळ येण्याचा प्रयत्न करूनही मी जवळ येऊ शकलो नाही – म्हणजे तू आजवर येऊ दिले नाहीस, पण आता कार्य आहे. माणूसबळ लागतं, काही असेल तर सांग.'

पण बाबूकाका पुढं झाले नाहीत. नानांचा आणि माईंचा चेहरा फार निराळा दिसत होता. काही न बोलता बाबूकाका बाहेर आले. एकाच दिवसासाठी घेतलेल्या कार्यालयाच्या बाहेरच्या मोठ्या हॉलमध्ये ते आले. तो हॉल आता जवळजवळ भरलेला होता. कुठं बसावं असा काही काळ बाबूकाकांना प्रश्न

पडला. तेवढ्यात त्यांच्याच वयाच्या एका अनोळखी इसमानं त्यांना अगदी ओळख असल्याप्रमाणं नमस्कार केला आणि थोडं सरकून त्यांनी बाबूकाकांना जागाही करून दिली. बाबूकाका जरा गोंधळले. पण त्या अनोळखी माणसाच्या नमस्काराचा त्यांनी जसा स्वीकार केला, तितक्याच अभावितपणे त्यानं दिलेल्या जागेचाही!

बाबूकाकांनी त्या गृहस्थाच्या शेजारी बैठक मारली न मारली तेवढ्यात तो गृहस्थ म्हणाला, ''आपण नवऱ्या मुलीचे...''

बाबूकाकांनी दडपून सांगितलं, ''मी तिचा मामा –''

''असं का, वा वा!'' असं म्हणत त्या गृहस्थानं खिशातून तपकिरीची डबी काढली. बाबूकाकांनी ते पाहिलं आणि तत्क्षणी त्या जागेवर बसल्याचा त्यांना पश्चात्ताप झाला. अगदी मनापासून त्यांनी जर कुठल्या व्यसनाचा तिरस्कार केला असेल तर तो तपकिरीच्या व्यसनाचा! केवळ कल्पनेनंच त्यांना मळमळायला लागलं. आधीच लग्नघरी हे असं स्वागत झालं – अर्थात थोडीशी बाबूकाकांना त्याची अटकळ होतीच. पण अकारण जिच्याबद्दल त्यांना ओढ होती, ती कुमुद त्यांच्याशी नीट बोलली होती, तेवढंच समाधान होतं.

भरलेल्या हॉलमध्ये जागा मिळाली होती. आता, ह्या तपकीरवाल्यापासून कसं सुटायचं? तो तपकीरवाला तपकिरीच्या डबीवर टिचक्या मारत, हॉलमधल्या बायका न्याहाळत होता.

बाबूकाकांचं दैव आज तेवढं प्रतिकूल नसावं. कारण कुणीतरी त्या तपकीरवाल्यालाच हाक मारली. हातात घेतलेली चिमूट नाकात कोंबीत तो उठला आणि आधीच बोलत असलेल्या दोघातिघांच्या घोळक्यात सामील झाला. तपकीरवाला त्या घोळक्यात सामील होताच तिथं आणखी दोघेतिघे गेले. त्यांची आपापसात चर्चा सुरू झाली. मांडवातील इतर उरलेली माणसं त्यांना तिथं कुणीतरी आणून बसवल्याप्रमाणं बसली होती. लग्नाला आल्याचा उत्साह एकाच्याही चेहऱ्यावर नव्हता.

सगळ्यांना न्याहाळता न्याहाळता बाबूकाकांना वाटलं, 'हे काय आहे? ही माणसं अशी वेठीला धरल्यासारखी का? एवढी 'इंडिफरंट' कशी? ही लग्न साजरं करायला आलीत की एखादा कट करायला आली आहेत? हा नाना एवढा कावराबावरा का? ही वहिनी इतकी अस्वस्थ का? आपल्या नात्यातलीदेखील बरीच मंडळी इथं दिसत नाहीत. कोपऱ्यात तो सनईवाला फुंकत बसलाय! पण त्या वाजवण्यात प्राण नाही, मांगल्य नाही, कारुण्य नाही... काय मामला आहे?'

तेवढ्यात तो तपकीरवाला आणि बाकीचे भराभरा बाहेर निघून गेले आणि

काय होतंय् हे समजायच्या आतच हॉलमधला एकेकजण बाहेर जायला लागला! हॉल हां हां म्हणता रिकामा झाला. पाठोपाठ आतल्या खोलीतल्या बायका बाहेर आल्या व पुरुषांच्या पाठोपाठ निघून गेल्या. त्यांच्या मागोमाग नाना-वहिनी गेली. हॉलमध्ये इतर दोघंतिघं, एकत्र अशी उभी राहिली. बाबूकाका काहींना ओळखत असून, त्यांना मिळालेली जागा सोडून त्यांच्याशी बोलायचं नव्हतं.

मधल्या दरवाजात कावरीबावरी झालेली कुमुद येऊन उभी राहिली. तिच्या चेहऱ्याकडे बाबूकाकांना बघवेना. न राहवून त्यांनी कुमुदला खूण करून जवळ बोलावून घेतलं.

"बस जरा इथं."

कुमुद निमूट बसली.

"मी काही बोललो तर आवडेल का तुला?"

"असं का विचारता, बाबूकाका? तुम्हाला माझी भीती वाटते?"

"तेवढी नाही म्हणून तर तुला बसवून घेतली." बाबूकाका एवढ्यावरच थांबले.

"काय विचारणार आहात?" वाट पाहून कुमुदनं विचारलं.

"हा लग्नाचा प्रकार विचारणार होतो."

कुमुदची मान खाली गेली. पहिल्या हुंदक्यानं तिचं सगळं अंग हललं.

"बेटा, रडू नकोस. गैरसमजात भर पडायची. माझा फारसा संबंध नाही; पण रहावलं नाही म्हणून विचारतो." बाबूकाका बोलत होते. कुमुद ऐकत होती.

"माणसं जरा बडी वाटताहेत तिकडची, हो ना?"

कुमुदनं मान हलवली.

"नानानं हुंडा मोजलेला दिसतोय?"

"तीन हजार..."

"...आणि तुझ्यासारखं रत्न!" बाबूकाका चटकन म्हणाले. कुमुदनं पटकन मान वर केली. दोघंही एकमेकांकडे काही काळ बघत राहिले. बाबूकाकांच्या नजरेतला जिव्हाळा, वात्सल्य कुमुदला नव्यानं जाणवलं. बापाची लेकीवर ज्या अर्थाची नजर हवी तसंच, तसंच होतं ते बघणं! कुमुद नकळत कुठंतरी मोकळी झाली, सुखावली. अकारण पडलेला पीळ उलगडत होता. ती बाबूकाकांकडे खुळ्यासारखी बघतच राहिली. ह्या अशा सरळ माणसाशी आपल्या नानांनी तेढ धरावी आणि तीही अकारण! आज एवढ्या वर्षांनी बाबूकाका आले, एकदम कार्याला आले, न बोलवता आले. पण खरंच,

आपल्या लग्नाची हकीकत ह्यांना कळली कशी?

"बाबूकाका, तुम्ही अचूक कसे आलात?"

"गेले आठदहा दिवस मी इथंच आहे. लग्नाची हकीकत समजली. मी मनाशी म्हणालो की आपलं आमंत्रण गेलं असेल घरच्या पत्त्यावर, तेव्हा इथच्या इथं जायलाच हवं."

"कार्य थोडक्यात करायचं ठरलं म्हणून..."

"समजलो बाळ. मी नानाला दोष नाही देत. तुला का एवढं लागलं ते?"

"लागलंय खरं."

"आता तू आमचा विचार करू नकोस; सासरच्या माणसांचा कर. पुढं सांभाळ."

कुमुद पुन्हा गंभीर झाली. विचारात पडत ती म्हणाली,

"बाबूकाका, सगळं आयुष्य असंच जातं का हो?"

"कसं?"

"सगळ्यांना भिण्यात."

"कशाकरता भ्यायचं? निर्भय राहावं. कुणाचं वाईट चिंतू नये. म्हणजे स्वत:चं वाईट होणार नाही ह्याबद्दल जागं राहावं. मग कशाला भ्यायचं?"

सुस्कारा सोडीत कुमुद म्हणाली, "भ्यावं लागतं, बाबूकाका. नाना नाही त्या लोकांच्या मागं पळाले?"

"खरंच पोरी, काय प्रकार आहे?"

"तीस माणसं सकाळच्या चहाला यायची ठरवलं होतं. ऐन वेळी पंचावन्न माणसं आली आणि चहा व्हायला वेळ लागला म्हणून सगळे लोक समोरच्या इराण्याकडे चहाला गेले आहेत."

– कुमुद एवढं सांगते न सांगते तोच नाना व माई मघाच्याच घाईनं, ओढलेल्या चेहऱ्यानं परतले. बाबूकाकांना आता राहावेना. तो ताण त्यांना सहन होईना. ते उठले व नानासमोर जात म्हणाले,

"नाना, माझं ऐकतोस?"

"काय?"

"एवढी ओढाताण का करतोस जिवाची?"

बाबूकाकाकडे एक तिरस्काराचा कटाक्ष टाकून नाना म्हणाले, "एवढंच विचारायचं होतं ना? आता ऐक. ह्यातलं तुला काही समजायचं नाही. तेव्हा स्वस्थ बसून पाहा काय चालतं ते."

"अरे, असा कातावू नकोस. मला हे बघवत नाही म्हणून..."

"मी मग आमंत्रण केलं होतं का?"

नाना आणखी काही बोलणार होते. तेवढ्यात समोर व्याहीच आले. चेहरा बदलून नाना तत्परतेनं त्यांना सामोरे गेले. बाबूकाका परत आपल्या जाग्यावर आले. बाहेर गेलेली मंडळी परतू लागली. हॉल पुन्हा गजबजू लागला. उत्सव होता; पण आनंद नव्हता. समारंभ होता; पण आरंभ डागाळला होता. गर्दी होती; पण गर्दीचाही एक कैफ असतो, तो नव्हता.

दोन खूप जवळ येणारी कुटुंबं खूप अंतरावर होती. बाबूकाका ते सर्व – त्यांची कीव करीत – पाहात होते. काही वेळ असा गेला आणि कुमुदनं त्यांना खूण करून आतल्या खोलीत बोलावून घेतलं. बाबूकाका आत जाऊन पाहतात तो फराळाची बशी गच्च भरलेली. लखलखीत तांब्याभांडं व ऊनऊन वाफा येणारा चहा! कुमुदकडे पाहात बाबूकाका म्हणाले,

"वा! एवढा फराळ केला तर जेवणाचं पाणी व्हायचं." त्यांचा हात पकडीत कुमुद म्हणाली,

"जेवणं तरी नीट पार पडतात की नाही देव जाणे! तुम्ही बसा."

"एकटाच बसू?"

"अगदी खुशाल. मी बसते ना सोबत."

कुमुद म्हणाली तसंच घडलं. ऐन जेवायच्या वेळी, पहिली पंगत बसण्यापूर्वी कुणाचं कुठं काय बिनसलं देव जाणे! सकाळच्याच प्रसंगाची पुनरावृत्ती झाली. एकजात सगळे उठले. विधानसभेतल्या एखाद्या पक्षानं सभात्याग करावा तसे सगळे हॉल सोडून उन्हाचे बाहेर पडले. पाठोपाठ बायकाही! तिकडे माईंनी डोळ्याला पदर लावला आणि पुन्हा एकदा नाना, दहाबारा लोकांचं शिष्टमंडळ घेऊन वरपक्षाच्या मागं धावत सुटले.

बाबूकाका पुन्हा हॉलमध्ये त्यांच्या जाग्यावर येऊन बसले. त्या सगळ्या पोरखेळाची त्यांना एकीकडे मजा वाटायला लागली. ते स्वतःशी हसत होते – म्हणत होते, 'माधव आला नाही ते बरं झालं, त्याचं मस्तक सकाळचं स्वागत पाहूनच भडकलं असतं. पण तरी हवा होता तो. कुणी सांगावं त्यानं एकेकाला सरळही केला असता!'

"बाबूकाका तुम्हाला हसायला येतंय्?" कुमुद म्हणाली.

बाबूकाका गंभीर होत म्हणाले, "कुमुद, दुसरं काय करायचं माझ्यासारख्या लहान माणसानं? मोठ्या माणसांचे हे मानापमानाचे, प्रतिष्ठेचे खेळ आहेत. माझ्यासारख्या छोट्यांना गंमत वाटते, म्हणून हसतो."

"बाबूकाका, मीही लहान आहे. माझ्याशी नीट बोला. नानांचा राग माझ्यावर काढू नका."

"मी नानावर रागावलोच नाही पण! शुद्धीवर असताना कुणी अपमान

केला तर त्याचा विचार करावा. नानानं न पेलणारं व्यसन धरलं, तेव्हा असंच व्हायचं.''

कुमुद पाहतच राहिली. गंभीरपणे बाबूकाका पुढं म्हणाले, ''ही नशा आहे. ही दारू आहे. मोठेपणाची, खोट्या प्रतिष्ठेची ही दारूच आहे. मोठ्या घराण्याशी, नाकापेक्षा जड असलेल्या मोत्याशी सोयरीक जमावी म्हणून नानाला ती प्यावी लागली; पण पचवता आली नाही. आता त्याचा तोल जातोय. त्याचं-माझं तसं एवढं वैर नाही. भूतकाळात घडल्या काही घटना त्या एवढ्या तीव्र नाहीत; पण ह्या क्षणी त्याला मी समोर नकोय! कारण मी शुद्धीवर आहे – तो नाही. त्याचा गेलेला तोल मी पहावा हे त्याला सहन व्हायचं नाही – त्याला आता कुणी सावरू शकणार नाही; आणि हे त्याचं त्याला समजलंय. त्याचा राग माझ्यावर निघाला, म्हणून मी रागावलो नाही.''

''तुम्ही थोर आहात, बाबूकाका!'' कुमुद भारावून म्हणाली.

''कसला थोर न् काय? मी किती मोठा होऊ शकणार आहे ह्याची मला कल्पना होती. त्यापेक्षा जास्तीतजास्त मोठेपणा मी स्वत:वर लादून घेतला नाही; आणि त्याचा मला खेद कधी वाटला नाही. हेच माझं साधेपण नानाला पटलं नाही. खोट्या प्रतिष्ठेच्या मागं लागताना पहिला विरोध मी केला नानाला. त्याच्याबरोबर मी धावलो नाही हा त्याचा माझ्यावर राग! त्यात आणखी काही गोष्टींची भर पडत गेली. मी कधी उलगडा करण्याच्या भरीस पडलो नाही; कारण नानाला काही पटणारं नव्हतं. मला आपलं एकच वाटतं की माणसानं स्वत:च्या हातातच प्रतिष्ठा ठेवावी. आपण प्रतिष्ठेच्या हातातलं होऊ नये.''

कुमुद भारावून ते साधंसुधं तत्त्वज्ञान ऐकत होती. जिवाचा कान करून ती शब्दन्- शब्द ऐकत होती. दोन-चार मामुली वाटणारे विचार पक्के करून वाटचाल करणारे बाबूकाका तिला कसे तृप्त वाटत होते; आणि ह्याउलट केवळ मुलगी मोठ्या घरी पडली हे समाधान मिळवण्यासाठी, ज्या लोकांचं एवढे दिवस तोंडही पाहिलं नव्हतं, अशा लोकांच्या नाकदुऱ्या काढणारे नाना तिला आठवले. स्वत:साठीच नाना एवढा जीव खालीवर करताहेत ह्याची कुमुदला जाणीव होतीच. पण तरीही वाढलेल्या अन्नाला डावलून लोकांपुढं नानांनी असं नमतं का घ्यावं हे कोडं होतंच! बाबूकाका म्हणतात त्याप्रमाणं खरोखरीच हीसुद्धा दारूच असेल का? मोठीमोठी म्हणवणारी माणसं ह्याच नशेवर मोठी राहतात का? हे कसलं मोठेपण? हे स्वत: विकत जाणं!

कुमुदची छाती भरून आली. तिला श्वास लागला. आपण अगदी एकट्याएकट्या पडलो आहोत असं तिला वाटून गेलं. तिला सगळ्याचा उबग आला. माणसं! माणसं! सगळीकडं माणसं! धूर्त माणसं. कावेबाज माणसं.

व्यवहारी माणसं. मानापमानावर दुसऱ्याला विकत घेणारी माणसं – आणि अशा माणसांना विकत जाणारी माणसं! मांडव घालायचे ते संपत्तीचं प्रदर्शन करण्यासाठी, वरात काढायची ते पत दाखवण्यासाठी, बँड-सनई लावायची ते जाहिरातीसाठी आणि पंगती उठवायच्या ते स्तुतिपाठक निर्माण व्हावे म्हणून!

– आणि हे निमूट सहन करणाऱ्या आपण! कोण सोडवणार?

"बाबूकाका, मी काय करू?"

"मी काय सांगू?"

"तुम्हीच सांगायला हवं. दुसरं कोण आहे?"

"मी सांगू?"- बाबूकाकांनी विचारलं.

"सांगा."

"माझ्या घरी चल. तुला माधव माहीत आहे, अलीकडे तुमचा सहवास नाही. पण तेवढा तो अपरिचित पण नाही तुला, येतेस? चल. माधवला पगार फार नाही. आमचं वर्तुळ लहान आहे, पण ते अगदी आमचं आहे. आम्ही स्वत:चे मालक आहोत. माझ्या घरी तुला सुखोपभोग मिळायचे नाहीत; पण बेटा, तू माणूस म्हणून जगशील. सदैव निर्भय राहशील. माणसाला 'माणूस' म्हणून जीवनात जे हवं असतं त्याची तुला मरेपर्यंत ददात पडणार नाही, ह्याची मी हमी देतो. असं जीवन तुला आवडेल?"

कुमुदनं अभावितपणे मान हालविली. बाबूकाका तसेच राहिले. आपण काही जिंकलंय, मिळवलंय, अशा प्रौढीचा लवलेशही त्यांच्या चेहऱ्यावर नव्हता. उलट कुमुदला जे तिला मरेपर्यंत मिळेल असं म्हटलं होतं त्याचा आत्मविश्वासच त्या नजरेत होता. मघाच्याच संथपणे ते म्हणाले,

"बाळ, हिरवा चुडा तसाच ठेवून बाकीचे दागिने उतरून ठेव. आपल्याला त्यांची गरज नाही. तीही दारूच आहे."

कुमुद आत गेली. त्याच वेळी नाना व काही मंडळी बाहेरून आली, आतून माई आल्या.

"काय झालं?" त्यांनी नानांना विचारलं.

"काय व्हायचंय! त्यांना रेडिओ हवा सातशेचा. कबूल केलं देतो म्हणून! असा मागं हटणार नाही! मागं हटणार नाही!" हातवारे करीत नाना म्हणाले.

तेवढ्यात कुमुद बाहेर आली व बाबूकाकांना म्हणाली, "मी येते!"

"कुमे, कुठं निघालीस?" नाना गरजले. बाहेरून पाठोपाठ आलेली व्याही मंडळीही जराशी चमकली. त्या सर्वांकडे शांतपणे पाहत बाबूकाका म्हणाले, "ते मला विचारा, ती माझी सून आहे!"

वारसा

'**ही** आपल्या गिरीशची अक्षत पहिली गणपतीला दिली. दुसरी तुला देतोय. तू घरातलाच. खरं म्हणजे तुला आमंत्रणाची गरज नाही. पण आपलं सांगतो. अवश्य यायचं. मुलगी ना? मुलगी देशपांड्यांची. देशपांड्यांची ललिता. पोरगी सालस आहे. सात्त्विक आहे. अरे, तू पाहिलीदेखील असशील. दारावरून जाते. तिने खूपदा तुझी फुलंही वेचली असतील.'

- उत्तरादाखल मी दोन-तीन पानं खाली टाकली. त्याचा अर्थ ओळखून बाप्पा म्हणाले,

"तुला माहीत आहे तर मुलगी. ठीक, ठीक. तुझा आशीर्वाद हवाय गिरीशला.''

- सळ् सळ् सळ् सळ्.

माझ्या शाखांनी पान न् पान हलवलं.

"पाहिलंस, त्यानं आशीर्वाद दिलाय.''

"मला तुम्ही खुळचट म्हणता, तुम्ही पण काही कमी वेडे नाहीत.'' तांदळाची वाटी उचलत वहिनी म्हणाल्या.

"वेडा? होय. मी वेडाच आहे. माणूस वेडा हवा. त्याखेरीज त्याच्या हातून काही कार्यच होणार नाही. कसलं ना कसलं वेड अवश्य हवं माणसाला. ज्याला वेडं होता येत नाही तो शहाणा माणूस नव्हेच! मुलाचं वेड तुला होतं – मला होतं – त्याच वेडातून आजचा हा दिवस दिसला.'' आमंत्रणपत्रिकातली एक पत्रिका काढीत बाप्पा म्हणाले, भारावलेल्या आवाजात वहिनी म्हणाल्या,

"खरं आहे. माणसाला वेड हवं.''

बाप्पांनी माझ्या बुंध्याशी ठेवलेल्या पत्रिकेवर वहिनींनी एक दगड ठेवला, पत्रिका उडू नये म्हणून, दोघं मग निघून गेली.

मी पत्रिका वाचू लागलो.

'आमचे येथे श्रीकृपेकरून आमचे कनिष्ठ चिरंजीव,
पाचोळा उडतो तशी वर्षं गेली होती. थोडीथोडकी नव्हेत. चोवीस वर्षं, दोन तपं. बाप्पाच्या आणि वहिनींच्या मायेखाली दोन तपांचा गेलेला काळ दोन दिवसांसारखा वाटत होता आज. बाप्पा-वहिनींनी मला त्यांच्या कुटुंबियांपैकी एकाप्रमाणे वाढवलं आहे. माझ्यावर प्रेम केलंय. वेळेला माझ्यावर रागावलीतसुद्धा. मला खात्री आहे की तशी काही सोय असती तर बाप्पांनी मला त्यांच्या बसण्या-उठण्याच्या खोलीत स्थान दिलं असतं. माझ्या जीवनातला अणुरेणू बाप्पांच्या सहवासाने पुनीत झाला आहे आणि बाप्पांच्या जीवनातल्या प्रत्येक सुखदुःखाच्या प्रसंगात माझं अस्तित्व प्रकर्षानं आहे.

– बाप्पांना दोन मुलं. मोठी मुलगी पुष्पा. धाकटा मुलगा गिरीश. पुष्पा त्यांची खरी मुलगी. गिरीश मानलेला मुलगा. होय मानलेला. पण गिरीशला हे माहीत नाही. तसा कुणालाच त्याचा पत्ता नाही.

माहीत आहे फक्त बाप्पांना, वहिनींना आणि मला.

अरे हो, आणखी एका गृहस्थांना – देवमाणसाला विसरलोच. डॉ. सरदेसायांनाही ते माहीत आहे.

मी पुन्हा वाचू लागलो... 'आमचे कनिष्ठ चिरंजीव... गिरीश.
... कनिष्ठ चिरंजीव... गिरीश.'

चोवीस वर्षांपूर्वीची घटना आज आठवते आहे. अगदी काल घडली असावी तशी. इथेच, इथेच ह्या कट्ट्यावर बाप्पा बसले होते. कुठून तरी बाहेरून आले होते. थकले होते. पण तो थकवा मानसिक होता. शारीरिक नव्हता. काही वेळानं वहिनी घरातून बाहेर आल्या. बाप्पांना पाहून थबकल्या. मग हलकेच शेजारी येऊन बसल्या.

"डॉक्टर भेटले?"

"होय."

"काय म्हणाले?'

"काही नाही."

"काही नाही?"

– बाप्पा गप्प झाले. त्यांच्या अंतरंगात खळबळ माजली होती. त्यांनी तोंड फिरवलं.

"तुम्ही माझ्यापासून काहीतरी लपवताय. तुम्हाला काहीतरी समजलंय."

– तरी बाप्पा गप्प होते. वहिनी एक एक शब्द उच्चारीत म्हणाल्या,

"मला समजलंय. मला आता ह्यापुढं मूल होणार नाही."

बाप्पांनी पटकन विचारलं, "तुला कुणी सांगितलं?"

वहिनी विषण्णपणे हसल्या. "सांगितलं नाही कुणीच. मीच अंदाज केला आणि तो खरा ठरलाय, होय ना?"

"नाही नाही. साफ चूक."

"तुम्ही किती दिवस मला अज्ञानात ठेवणार आहात? पुष्पा सहा वर्षांची होणार आणखी दोन महिन्यांनी. गेली चार वर्षं आपण निरनिराळ्या डॉक्टरांना भेटलो. तीनशेचारशे रुपयांचा खुर्दा केला निव्वळ तपासणीत. एकानंही स्पष्ट मत सांगितलेलं नाही. ह्याचा अर्थ हाच की ह्यापुढं मला मूल होणार नाही."

बाप्पा गप्प होते. त्यांचे डोळे भरून आले होते. भारावलेल्या आवाजात ते म्हणाले,

"तुझ्याशी मी प्रतारणा केली. तुला धक्का बसेल म्हणून कशाचाही पत्ता लागू दिला नाही. पुष्पा झाली त्याच दिवशी मला समजलंय सारं!"

"आणि एवढे दिवस हा कोंडमारा तुम्ही एकट्यानं सहन केलात. मला तुमच्या दुःखात सहभागी होऊ दिलं नाहीत. एकट्यानं सहन केलंत!"

"माझ्या दुःखात एक भागीदार होता!"

"कोण?"

– माझ्याकडे बोट दाखवीत बाप्पा म्हणाले, "हा पारिजातक."

दोघंही गप्प होती. जराशानं बाप्पांनी विचारलं,

"पुष्पा कुठं आहे?"

"खेळायला गेलीय बाहेर. एक मिनिट तिचा पाय घरात ठरत नाही."

"आता ह्यापुढं ती कायम एकटीच राहाणार आहे." वहिनी दाटलेल्या स्वरात म्हणाल्या.

बाप्पा गप्प होते. त्यांना काहीतरी बोलायचं होतं. पण आता परिस्थिती बदलली होती. ते नुसतं वहिनीकडे पाहत राहिले.

"शेजारीपाजारी बघते आणि हट्ट धरते." वहिनी डोळे पुसत म्हणाल्या.

"कसला?"

"तिला बाळ हवंय! भाऊ हवाय – भाऊ."

मला वहिनीचं कौतुक वाटलं. स्वतःचा उल्लेख न करता त्यांनी पुष्पाचं नाव घेतलं होतं. बाप्पा अगदी गप्प झाले होते. त्यांचं सांत्वन कसं करावं मला कळेना. तेवढ्यात वाऱ्याची झुळुक आली, त्याचा फायदा घेऊन मी दोन-तीन पानं खाली टाकली. एक पान नेमकं त्यांच्या खांद्यावर पडलं. तेवढ्या स्पर्शानं

त्यांनी स्वत:ला सावरलं. हळूहळू ते म्हणाले,

"आहे. एक उपाय आहे.''

वहिनींनी पटकन त्यांच्याकडे पाहिलं.

"एखादं मूल सांभाळायला आणायचं. अगदी पहिल्या दिवसाचं. कुणालाही पत्ता लागू न देता.''

"भाड्याच्या मोटारीला स्वत:च्या मोटारीचं स्थान मिळतं का?''

"असं का म्हणतेस? कुत्री, मांजरं, फार कशाला, हा पारिजातसुद्धा मला माझ्या कुटुंबियांपैकीच वाटतो; तिथं चालत्या, बोलत्या जीवाला पोटच्या पोराप्रमाणं लळा लागणं अशक्य आहे का?''

"होय!''

"का?''

"कारण आपल्या पोटची एक मुलगी आहे.''

पुन्हा स्तब्धता पसरली. बाप्पा अस्वस्थ होते. वहिनी अस्वस्थ होत्या.

नकळत मीही गंभीर झालो होतो. ह्या विषण्णतेतून पुष्पानेच सुटका केली. ती धावत धावत बाप्पांजवळ आली. त्यांच्या मांडीवर बसली. त्यांच्या मानेला विळखा घालीत तिनं विचारलं,

"बाप्पा, आपल्या घरी छोटं छोटं बाळ येणार आहे ना हो?''

कमालीच्या व्याकूळ नजरेने बाप्पांनी वहिनीकडे पाहिलं. डोळे पुसत वहिनी म्हणाल्या, "होय बरं बेटा. बाळ येणार आहे.''

"केव्हा पण?''

"लवकरच!''

"नक्की?''

"होय, अगदी लवकर.''

"मग तू डोळे कशाला पुसलेस? रडतेस?''

"होय. अतिशय आनंद झाला म्हणजेदेखील पाणी येतं बघ डोळ्यात!''

एवढे बोलून वहिनी आत गेल्या. बाप्पा तिच्या बोलण्याचा अर्थ न समजून तसेच वहिनी गेल्या तिकडे बघत राहिले.

ह्यानंतर महिन्याभरानं वहिनी आजारी पडल्या, प्रथम बारीक ताप येऊ लागला. त्यानंतर डोकेदुखी सुरू झाली. मग सारखा तापात चढउतार होऊ लागला. कुणालाही निदान करता येईना. रोज नवीन नवीन डॉक्टर येऊ लागले. प्रत्येकाचे प्रयोग चालू झाले. पण बारीक तापाची तक्रार काही दूर होईना. असे दोन-तीन महिने गेले.

एके दिवशी बाप्पा एका नवीन डॉक्टरकडे गेले होते. पुष्पा घरातच खेळत

होती. वहिनी बाहेर येऊन कट्ट्यावर माझ्या सावलीत बसल्या. बाप्पा बाहेरून आले. वहिनींना बाहेर आलेल्या पाहून ते लगबगीनं त्यांच्याजवळ आले.

"तू तापाची, बाहेर का आलीस?"

"खूप कंटाळा आला एका जागी पडण्याचा!"

"अंगात ताप आहे तुझ्या!"

"तो आता नेहमीचाच पाहुणा आहे. जरा वेळ बसते इथं. मनाला प्रसन्न वाटतं."

"बरं, बस. मी आतून शाल आणतो."

– बाप्पा शाल घेऊन आले.

"भेटले का डॉक्टर?"

"भेटले."

"काय म्हणतात?"

"ते म्हणतात तुझा ताप मानसिक आहे, शारीरिक नाही. त्यांनी मला आपली सर्व हकीगत विचारली. मी त्यांना लग्न झाल्यापासूनच्या सगळ्या गोष्टी सांगितल्या. ते काय म्हणाले माहीत आहे का?"

वहिनींनी मान हलवली. बाप्पा हळूहळू म्हणाले,

"डॉक्टर म्हणालेत, तुला मूल हवंय."

"कशावरून?"

"त्यांनी तुला खूप प्रश्न विचारले ना त्या दिवशी?"

"खूप म्हणजे खूपच. शेवटी वाटलं की प्रश्नांनीच मला पुन्हा ताप येईल."

बाप्पा हसत म्हणाले,

"तुझ्या उत्तरं देण्याच्या पद्धतीवरून त्यांनी ओळखलं की तुला मूल हवं आहे म्हणून. त्याला 'सायकॉलॉजिकल टेस्ट' म्हणतात. डॉक्टर त्या कोर्ससाठी दोन वर्षं इंग्लंडला होते. आता त्यांनी इथं लहान मुलांसाठी व निराधार बायकांसाठी आश्रम काढलाय."

वहिनींचे डोळे भरून आले. बाप्पा समजावणीच्या स्वरात म्हणाले,

"त्यांना आपली सगळी परिस्थिती माहीत आहे. मी मागे सुचविलेला उपाय त्यांनीही सुचवलाय. कुणालाही पत्ता लागायचा नाही. फक्त तू, मी आणि डॉ. सरदेसाई."

"ते कसं शक्य आहे? असं मूल कसं मिळेल?"

"त्यात अशक्य काहीच नाही, सरदेसाईंकडे अशी खूप मुलं येतात. चांगलं ब्राह्मणाचं, उच्च कुळातलं. फक्त पोसायची ऐपत नाही म्हणून

आश्रमात आलेलं असं मूल प्रयत्न केला तर जरूर मिळेल. फक्त हे सगळं बेमालूम व्हायला हवं, आणि त्याआधी आपल्याला आपल्या मनाची खूप तयारी करायला हवी.'' बाप्पा उमेदीने म्हणाले.

''आणि पुष्पा? तिचा केवढा विचार करायला हवा!''

''तिचीच काळजी आहे, तिच्यापासून खरं लपवलं पाहिजे. एवढंच नाही तर मोठेपणीही तिला पत्ता लागता कामा नये. नाहीतर मनावर परिणाम व्हायचा!''

''तेच जपायला हवं. तुमचा-माझा छंद होईल, पण पुढं त्या दोघांना ती गोष्ट कायमची नडणार नाही हे पाहायला हवं''

''खूप विचार करून ही उडी घेतली पाहिजे.''

''त्याशिवाय बाहेरचे लोक, चांभारचौकशा करून भंडावून सोडतील.''

''सगळं नाटक बेमालूम साधलं पाहिजे. मी सरदेसाईंना पुन्हा पुन्हा ह्याच अडचणी सांगतोय. ते म्हणतात, प्रवासाला जायचं हे ठरवायलाच वेळ लागतो, एकदा ठरल्यावर मग मार्ग कोणचा ते बघू.''

वहिनी गप्प झाल्या आणि बाप्पाही. त्या अडीच माणसांच्या कुटुंबात – नव्हे – नव्हे – आम्हा साडेतीन माणसांच्या कुटुंबात एक आंदोलन होणार होतं. क्रांती होणार होती. उडी घ्यावी की न घ्यावी याबद्दल दोघंही गडबडली होती. मीही भांबावलो होतो.

सुमारे चार-पाच महिने अशा तऱ्हेच्या विचारविनिमयात गेले. बाप्पा-वहिनींच्या ह्या गप्पा चालू झाल्या म्हणजे त्यांना वेळेचं भान राहात नव्हतं. त्या विषयात दोघंही गुंग होत होते. काल्पनिक अडचणी सोडवत, लोकांच्या चौकशांकरता उत्तरं आखीत होते. एकमेकांना धीर देत होते. कुठल्या परिस्थितीत काय करता येईल ह्यावर तोडगे शोधीत होते. अद्यापि घरात न आलेल्या मुलाच्या स्वभावाचे अंदाज ताडीत होते. आर्थिक परिस्थितीचा आढावा पुन्हा पुन्हा घेत होते.

एक ना दोन. अनेक कल्पना. अनेक बेत. अनेक आशाआकांक्षा.

एकंदरीत मुलगा आणायला हरकत नाही ह्या विषयावर दोघेही एक होऊ लागली होती.

आणि एके दिवशी बाप्पांनी मला उजाडताच सांगितलं,

''काल रात्री हिला सरदेसाईंकडे पोचवून आलो. पुष्पा पण तिकडेच राहणार आहे. केव्हा येणार विचारतोस? येईल सहा महिन्यांनी. एखादे वेळेस आधीही येईल. आता ती माझी बायको नाही, तुझी वहिनी नाही. डॉक्टरांची पेशन्ट आहे. ते सांगतील तसं वागायचं. आता तुला मी आणि मला तू.

वनवासच आहे हा. पण नंतर 'राम' येणार आहे. खरोखरचा. एवढासा. लाल लाल दुपट्यात गुंडाळलेला, मुठी चोखणारा चिमणा जीव. होय. आमचा विचार नक्की झालाय. मला मुलगा हवाय. तिलाही!''

माझी पानं वारा नसताना हलली. मलाही पुतण्या हवा होता!

वहिनी चारच महिन्यांनी घरी आल्या. बाळ आणि आनंद ह्यांनी एकाच वेळी गृहप्रवेश केला. सबंध घर नवचैतन्यात बुडून निघालं. वहिनींच्या प्रकृतीत आश्चर्यकारक बदल झाला होता. घरातली सुस्ती कुठच्याकुठे पळाली होती. बाप्पा, वहिनी आणि पुष्पा सगळ्यांच्याच जीवनाला वेग आला होता एक प्रकारचा. बाप्पांचं माझ्याकडे येणं कमी झालं होतं. मला त्याचं वैषम्य वाटत नव्हतं. श्रद्धेनं कार्य करणारा तो जीव सुखी व्हावा एवढीच माझी इच्छा होती.

नव्या पाहुण्याचं नाव 'गिरीश' ठेवण्यात आलं. सगळ्यांबरोबर मलाही पेढे मिळाले. नातेवाईकांचा गोतावळा दोघांच्याही घरी नसल्यामुळे ओळखीच्या मंडळींव्यतिरिक्त फारशी वर्दळही नसायची घरी. छोट्या गिरीशनं हां हां म्हणता निराळं विश्व निर्माण केलं त्या घरात.

गिरीश पाच महिन्यांचा असावा मला वाटतं! बऱ्याच दिवसांनी वहिनी माझ्याजवळ येऊन बसल्या. मला वाटतं गिरीशला तेव्हाच मी प्रथम निरखून असं पाहिलं, बाप्पा पण जरा वेळानं आले. दोघंही कौतुक करण्यात दंग झाले. पटकन मधेच बाप्पांनी विचारलं,

''काय वाटतं ग ह्याला सांभाळताना?''

''प्रथम दोन महिने काहीतरी 'निराळं' वाटायचं. आता वाटतं आपलाच आहे.''

''हा मांडीवर असतो तेव्हा आणि पुष्पा जवळ येते तेव्हा, तुला सारख्याच तऱ्हेचा आनंद होतो?''

''तुमच्या मनात अशा तऱ्हेची तुलना येते?'' वहिनींनी बाप्पांनाच उलट प्रश्न केला.

बाप्पा गडबडले. त्यांना उत्तर सुचेना. त्यांना जास्त वेळ त्या अवस्थेत न ठेवता वहिनी म्हणाल्या,

''प्रथम प्रथम माझ्याही मनाचा गोंधळ व्हायचा. मन खूप अस्वस्थ व्हायचं तेव्हा. पुष्पा विचारायची, 'आई, हा इतका निराळा का दिसतो? मोठा झाल्यावर कुणासारखा दिसेल? ह्याचं-माझं भांडण होईल का ग?' खूप खूप विचारते. माझं मन फार अस्वस्थ व्हायचं. पुष्पासारखीच मीही त्या विचारात गुरफटायची. मनाची खूप चलबिचल व्हायची, पण आता हा गुलाम नजर देऊ लागलाय.

चांगला रोखून बघतो. अगदी अंत:करणाचा ठाव घेतो. त्याच्या नजरेत चांगली ओळख दिसते. जिव्हाळा दिसतो, माया दिसते. आणखीन... आणखीन एक तऱ्हेचा गाढ विश्वास दिसतो. ह्याचा जेव्हा मला प्रत्यय आला तेव्हापासून माझं मला शांत वाटू लागलंय. आणि खरं म्हणाल तर, आता मी विसरूनच गेलेय हा आपला मुलगा नाही ते.''

बोलता बोलता गिरीश दोन वर्षांचा झाला. त्याच्या बाललीलांना घरच काय, पण अंगणही थिटं पडू लागलं. दिवसभर त्याच्यामागे धावता धावता पुष्पाच्या कमरेचे टाके ढिले होऊ लागले, तर संध्याकाळी बाप्पांना त्याच्या खोड्या सांगताना वहिनींना श्वास घ्यायला फुरसतच मिळेनाशी झाली. बाप्पांना त्यात पण काही निराळ्याच सौख्याचा आनंद मिळत होता. वहिनी आणि पुष्पा त्या नवीन जीवाशी एकरूप झाल्याचं बघून त्यांना आयुष्यात जिंकण्यासारखं काही उरलं नाही, असं पुन्हा पुन्हा वाटायचं.

एकदा सगळ्यांची नजर चुकवून गिरीश बागेत आला. नेहमीप्रमाणं मातीचे बारके बारके कण खाऊ लागला. मला कळत होतं, पण मी काय करू शकत होतो? जरा वेळानं त्याला शोधीत बाप्पा बाहेर आले. त्याला माती खाताना बघून ते धावतच पुढे आले. गिरीशच्या तोंडातले खडे काढून टाकीत ते मला म्हणाले,

''तुझ्या भरंवशावर पोराला बाहेर सोडलं, तुझ्या बुंध्यातली माती खातंय पोरगं आणि तू स्वस्थ बसलायस, छान! छान लक्ष आहे तुझं गिरीशवर!''

त्या रागाची गंमत वाटून मी मोठ्यांदा हसलो. बाप्पाही हसले, गिरीशकडे बघून म्हणाले,

''छान पाठीराखा मिळालाय तुला. लबाड, बोलताबोलता नजर चुकवतोस काय?''

गिरीश दिनी-मासी वाढत होता. पुष्पामधे व त्याच्यामधे चांगलं पाच-सहा वर्षांचं अंतर होतं तरी त्यांची सारखी भांडणं व्हायची. गिरीश चांगला पाच वर्षांचा झाला होता. पुष्पाही बरं-वाईट समजायच्या वयाची झाली होती. पण भांडणाला तोंड लागलं की दोघांना आपापल्या वयाचा विसर पडावा एवढी ती हमरीतुमरीवर येत. त्या दिवशी असंच काहीतरी घडलं असावं. घरातून पुष्पा धावतच बाहेर आली. पाठोपाठ गिरीश काठी घेऊन बाहेर आला. त्यानं उगारलेली काठी पुष्पानं वरच्यावर धरली.

''भावड्या, गिऱ्या, काठीनं मारतोस? थांब बाप्पांना सांगते.''

"म्हणे बाप्पांना सांगते. तोंड पाहा."

"ठीक आहे, ही मी चालले बाप्पांच्याकडे."

"जा जा, पुष्पटली कुठली! तू माझी बहीणच नाहीस आजपासून."

"नाही तर नाही. एवढा जोर काय दाखवतोस? तू पण माझा भाऊ नाहीस आजपासून. आता कुणी जर विचारलं तर मी सांगेन, 'मला भाऊ नाही, मला भाऊ नाही, मी एकटी आहे."

–"मला भाऊ नाही." असं ओरडत पुष्पा गिरीशभोवती घिरट्या घालू लागली. गिरीश कानात बोटं घालून उभा राहिला. तिचा आरडाओरडा ऐकून बाप्पा बाहेर आले. पुष्पाच्या तोंडचं वाक्य ऐकताच, त्यांनी खाडकन तिच्या तोंडात मारली. तोच वहिनी बाहेर आल्या.

"का हो, जेव्हा तेव्हा तिला मारता? नेहमी तुम्ही त्याची कड घेता?" फटकन बाप्पा म्हणणार होते, 'पुष्पा आपली आहे. तिला मारण्याचा अधिकार...' त्यांनी स्वतःला सावरलं. ते एवढंच म्हणाले,

"ती कार्टी बघ. मला भाऊ नाही, भाऊ नाही म्हणून नाचत्येय!"

"गिरीशनं आधी काहीतरी केले असेल. तोही काही कमी नाही."

"असू दे. त्याला मी शिक्षा करणार नाही. तू कर हवी तर!"

"अहो, पण भाऊ नाही म्हटल्यानं नातं लगेच नाहीसं का होतं? तुमचं आपलं काहीतरीच. पुष्पे, चल घरात. तो तुझा भाऊच आहे. नाही कसा?" पुष्पाला घेऊन वहिनी घरात गेल्या.

– कमालीचे अस्वस्थ होत बाप्पा स्वतःशी म्हणाले,

"निव्वळ फसवणूक – फसवणूक निव्वळ!!"

अगदी ह्याच शब्दावरून मला आता अगदी अलीकडचा प्रसंग आठवतो आहे. दिवस पुष्पाच्या लग्नाचा होता. आणि गंमत म्हणजे ज्या दिवशी लग्न होतं त्याच दिवशी गिरीशच्या वर्गाची ट्रिप होती. एके दिवशी वीस-पंचवीस मुले अचानक दारात येऊन उभी राहिली. त्या सगळ्यांचं म्हणणं गिरीशनं ट्रिपला यावं. घरात लग्नकार्य असताना त्याला कसं पाठविता येईल, असं बाप्पांनी प्रत्येकाला विचारून पाहिलं; पण कुणीही आपला हेका सोडायला तयार नव्हतं. शेवटी मुलं कंटाळून निघून गेली. त्याच दिवशी संध्याकाळी गिरीशचे मास्तर बाप्पांना भेटायला आले. नमस्कार, चमत्कार, चहापाणी झाल्यावर मास्तरांनी ट्रिपचा विषय काढला.

"खरं म्हणजे मी विचारणं योग्य नव्हे. व्यवहाराला धरूनही नाही; पण सगळी मुलं गिरीशसाठी हटून बसली आहेत. त्याच्याशिवाय ट्रिपला यायला कुणी तयार नाही. ट्रिपचा दिवस बदलणंही अशक्य आहे. तुम्हाला कसं

विचारावं हा माझ्यापुढं प्रश्न पडलाय आणि आता 'नकार' देताना तुम्हाला प्रश्न पडणार आहे.''

– तेवढ्यात वहिनी बाहेर आल्या. मास्तर पुढे सांगत होते,

''केवळ मुलांचाच त्याच्यावर जीव जडलाय असं नाही तर मलाही तो एखादे दिवशी गैरहजर असला तर चुकल्यासारखं वाटतं. आयुष्यात खूप मुलं हाताखालून गेली. तुमची पुष्पाही होती त्यात. सध्या चाळीसच्यावर मुलं शिकताहेत, पण ह्याच्यासाठी काही निराळंच वाटतं.''

– एका भावनाप्रधान माणसाने दुसऱ्या भावनाप्रधान माणसासमोर उभी केलेली समस्या होती ती. बाप्पा काही सांगणार तोच मास्तर पुढे म्हणाले,

''मला दोन मुलं आहेत; गिरीशकडे पाहिलं की वाटतं हाही आपलाच तिसरा मुलगा आहे. मी त्याला माझा मुलगा मानतो.''

– बाप्पांचा चेहरा बघता बघता बदलला. ते चटकन म्हणाले,

''तुम्ही गिरीशला घेऊन जा.''

– गिरीश ट्रिपला गेला; आणि बाप्पा दुसऱ्या विचाराने अस्वस्थ झाले. वहिनींना ते पुन:पुन्हा म्हणत होते, ''मास्तरांना ओढ वाटते, वर्गातल्या मुलांना आपुलकी वाटते, आपण दोघांनी परवानगी दिली, पण त्याला स्वत:ला बहिणीच्या लग्नाचं महत्त्व कसं नाही? पुष्पाचा खरा भाऊ असता तर त्याने शाळेतल्या मुलांना काय किंवा मास्तरांना काय, माझ्यापर्यंत येऊनच दिलं नसतं.'' वहिनी त्या आक्षेपावर नुसत्या गप्प राहात होत्या आणि बाप्पा अस्वस्थ होत म्हणत होते, ''फसवणूक निव्वळ, निव्वळ फसवणूक.''

दिवसभर बाप्पा अस्वस्थ होते. पुष्पाच्या लग्नाचे सोहळे चालले होते; पण बाप्पांच्या डोक्यात गिरीशचे विचार चालले होते आणि संध्याकाळी चार वाजता गंमत झाली. दारापाशी अचानकपणे सर्व्हिस मोटार येऊन उभी राहिली. तीस-पस्तीस मुलं भराभर उड्या मारीत मोटारीतून उतरली आणि लग्नाचा मांडव आणखीनच गजबजून गेला. शेवटची पंगत नुकतीच संपल्याने आचारी, वाढपी जेवायला बसायच्या तयारीत होते. एवढी मुलं एकदम आल्यावर त्यांचीच पंगत बसली. गिरीशचे मास्तर पण मुलांच्या पंगतीत बसले. मुलं जेवणावर हात मारीत होती. मास्तर बाप्पांना म्हणाले,

''बहीण-भावात एवढं प्रेम मी पाहिलेलं नाही. दीड तासापूर्वी गिरीश म्हणाला,

'मी तुम्हां सगळ्यांचं ऐकलं. लग्न सोडून ट्रिपला आलो. आता तुम्ही सगळे पुष्पाच्या लग्नाला चला. बाप्पांचा आनंद वाढेल.' शेवटी त्याचं ऐकावं लागलं. माझ्या स्वत:च्या घरी बहीण-भावात एवढं प्रेम नाही. काही काही वेळा

मानलेल्या नात्यात प्रेम सापडतं; पण सख्ख्या नात्यात ओढा आढळत नाही.''

– बाप्पा समाधानानं ती अंगतपंगत पाहत होते; पण त्यांच्या डोक्यातली विचारचक्रं थांबली नव्हती.

सांगायच्या नादात खूपच पुढे गेलो मी. लहानपणचं कितीतरी सांगायचं आहे अजून. मला वाटतं तेव्हा गिरीश आठ-नऊ वर्षांचा असावा. दिवस पावसाळ्याचे. माझ्या वैभवाचा काळ. पानागणिक फूल लपलं होतं, त्या संपत्तीला गणती नव्हती. पुष्पा आणि गिरीश तास न् तास फुलं वेचीत बसायचे. मंगळागौरीच्या दिवशी बाहेरची माणसंदेखील फुलांसाठी येत असत. एकदा गंमत झाली. पुष्पाची सकाळची शाळा होती! टोपली घेऊन गिरीश एकटाच बाहेर आला. फांदी न् फांदी हलवून त्याने फुलांचा सडा खाली पाडला. तासाभरात त्यानं एकट्यानं फुलं गोळा केली. टोपली शिगोशीग भरली. तोच त्याच्या नावाचा पुकारा करीत एक चौदा-पंधरा वर्षांचा मुलगा सायकलवरून आला. त्याच्या धोतराच्या झोळीत गिरीशनं सगळी टोपली रिकामी केली.

''रोज किती वाजता येऊ?''

''ह्याच वेळेला.''

''पाहा, दुसऱ्या कुणाला फुलं द्यायची नाहीत!''

''नाही!''

''ठीक आहे. उद्या येतो.''

''पण आजचे पैसे?''

''उद्या देतो ना!''

''नाही. आत्ता हवेत.''

नाईलाजाने तो मुलगा परत फिरला. त्याने गिरीशच्या हातावर पावली ठेवली. गिरीशने ते पैसे माझ्याच बुंध्याखाली खड्डा खणून ठेवले. हा क्रम ओळीने दहा दिवस चालला. दहा पावल्या आणि अकराव्या दिवशी पैसे ठेवताना पुष्पा अचानक बाहेर आली.

''गिरी, काय करतोस रे?''

''काही नाही.'' मातीचे हात झटकीत गिरीश उभा राहिला.

''काहीतरी आहे. चेहरा का असा झालाय?''

''कुठं काय? काही नाही.''

पुष्पाने आपला मोहरा बदलला. त्याला विश्वासात घेण्यासाठी तिनं लाडिकपणे विचारलं, ''मला नाही सांगणार?''

''कुणाला सांगणार नाहीस?''

“नाही.”

“अगदी आईला आणि बाप्पांनाही नाही सांगायचं!”

“नाही सांगणार.”

“वचन दे.”

“दिलं.”

गिरीशनं आपलं गुपित सांगितलं. असं काही ऐकायला मिळेल हे तिच्या गावीही नसल्यानं तिने डोळे विस्फारले.

“भावड्या, कुठून आणलेस?”

“मी मिळवले.”

“कसे पण?”

“पारिजातकाची फुलं विकली. माळ्याच्या मुलाला.”

पुष्पा तीरासारखी घरात गेली. गिरीश बुचकळ्यात पडून तिथेच उभा राहिला. थोड्याच वेळात संतापलेल्या वहिनी आणि कावरीबावरी झालेली पुष्पा – दोघी बाहेर आल्या.

“कार्ट्या, हे धंदे करतोस? शरम नाही वाटत? उद्या आई-बापांना विकशील.”–पाठोपाठ दोन-तीन दणके गिरीशच्या पाठीत बसले.

संध्याकाळी बाप्पा चिंतातूर चेहरा करून माझ्याजवळ येऊन बसले. वहिनीही होत्याच.

“तुम्ही आताशा बदललात. गिरीशला तुमचा धाक राहिला नाही. सकाळी त्यानं फुलं विकली. गेले दहा दिवस विकतोय. तुम्ही त्याला काही कसं बोलत नाही?”

“काय बोलायचं हेच कळत नाही.”

“तुमचं आपलं काहीतरीच.” वहिनी रागाने म्हणाल्या. बाप्पा निश्चल बसून होते. ते हळूहळू म्हणाले,

“गिरीश आपला खरोखरचा मुलगा असता तर त्यानं असं केलं नसतं.”

“आपलाच तर आहे तो. मी केव्हाच विसरून गेले आहे आपण त्याला सांभाळायला आणला होता म्हणून.”

“तुझं अंत:करण नि:संशय मोठं आहे. नाही म्हटलं तरी माझ्या मनात तुलना चालू होते.”

“मला तुमचं हे पटत नाही. आपला तो खरा मुलगा असता तर त्याच्याही हातून असं काही घडलं नसतं कशावरून?”

“पुष्पानं तसं काही केलं नाही.”

"पुष्पा मुलगी आहे आणि प्रत्येक वेळी परिस्थिती काही सारखी नसते. त्याशिवाय संस्कार असतात की."

"हो ना. एकच कुटुंब दोन मुलांवर एकाच तऱ्हेचे संस्कार करतं; पण एक निराळा वागतो. म्हणजे ही गोष्ट निव्वळ संस्कारांवर अवलंबून नाही, हे निश्चित."

"मग?" वहिनींनी अचंब्याने विचारलं.

"पूर्वसुकृत म्हणून काही शक्ती असावी."

"मग संस्कारांना काहीच किंमत नाही का? मग पुष्पा का नाही बिघडली?"

"तिचं पूर्वसुकृत तसं नसेल."

"तुमचा निव्वळ तर्क चाललाय... निव्वळ तर्क. वैचारिक गोंधळ. मी सांगते, माझं ऐका, तसं काही नाही. दोन्ही मुलं आपली आहेत. उगीच विचार करत बसायचं. एखादे वेळी होतो एखाद्याला मोह. त्याचा एवढा काय बाऊ करता? असं चालायचंच. बाहेरचं मूल आपलं मानायचं ही झाली भावनेच्या पोटी उडी. आता त्याला व्यवहाराचं स्वरूप देऊन कसं चालेल? तुम्हाला तुमचा दृष्टिकोन बदलायला हवा. नाहीतर जड जाईल."

बाप्पा स्वत: हे सारं समजू शकत होते. मनोवृत्ती ताब्यात ठेवण्यासाठी त्यांची खूप धडपड चालायची. पुष्पा आणि गिरीश ह्यांच्यात त्यांनी कधीच भेदभाव केला नाही. माया, प्रेम, वात्सल्याबाबत दोन्ही मुलं भाग्यवान होती. एकाचंही पारडं कधी खाली गेलं नाही; पण स्वभावातली एखादी निराळी छटा दिसली की बाप्पा अस्वस्थ होत. त्यामुळे दु:ख काय किंवा सौख्य काय, कोणत्याच गोष्टीचा ते निर्भेळ आनंद घेऊ शकले नाहीत. आनंदाच्या प्रसंगीही त्यांना एकटं वाटायचं आणि त्यांच्या दु:खातही त्यांना सहभागी उरला नाही.

इंग्रजी पाचवीत असताना गिरीशला स्कॉलरशिप मिळाली. शाळेतर्फे त्याचं कौतुक झालं. गॅदरिंगमध्ये त्याला बक्षिसं मिळाली. केवळ अभ्यासातच नव्हे, तर गाण्याच्या चढाओढीतही तो पहिला आला. बक्षीससमारंभाच्या दुसऱ्या दिवशी मास्तर दारावरून चालले होते. बाप्पांना बाहेरच बसलेले पाहून ते आत आले. त्यांनी गिरीशचं कौतुक करायला सुरुवात केली. चहापान झाल्यावर ते उठले, जाता जाता ते म्हणाले,

"असा मुलगा असणं भाग्य लागतं. पांग फेडील तुमचे गिरीश."

बाप्पा गहिवरले. "तुमच्यासारख्यांची शिकवण मिळते आहे त्याला!"

"अहो, शिकवण आम्ही सगळ्यांनाच देतो, पण ती घेतली पाहिजे ना! दुसऱ्याचं उदाहरण कशाला, तुमची पुष्पा माझ्याच हाताखालनं गेली की चार

वर्षांपूर्वी; पण तिच्यात तेवढी चमक नाही दिसली आणि एका गोष्टीचं तर मला सारखं नवल वाटतं की मुलगी असून तिला गळाही नाही आणि संगीताची आवडही नाही. मग ह्या गोष्टी गिरीशमध्ये कशा आल्या?''

बाप्पांजवळ उत्तर होतंही आणि नव्हतंही. मास्तर निघून गेले आणि बाप्पा स्वत:शी पुटपुटले,

''गिरीशमध्ये ह्या गोष्टी कशा काय आल्या?''

— अक्षत संपवून बाप्पा घरी आले. गिरीशचं लग्न म्हणून चार दिवस पुष्पा माहेरी आली. मांडव घातला गेला, पाहुण्यांची वर्दळ सुरू झाली. लग्नाचा दिवस उगवला. उजाडताच वाजंत्रीवाले आले, 'वाजंत्रीवाल्यांना कुठं बसायला सांगायचं?' कुणी तरी कुणाला तरी विचारलं. बाप्पा लगबगीनं पुढे आले. ''त्यांना पारिजातकाजवळच बसवा. संगीत आणि सुवास बरोबर येऊ दे मांडवात.''

लग्नासारखा गडबडीचा दिवस. पण बाप्पा दहा वेळा येऊन गेले माझ्याकडे. त्यांच्या वृत्तीची घालमेल चालली होती. त्यांना निवांत माझ्याजवळ बसायचं आहे हे मी ओळखलं होतं. पण सवड सापडत नव्हती, मिळणं शक्यही नव्हतं. पट्टीच्या सिगरेट ओढणाऱ्या माणसाला सिगरेट न मिळाल्याने जे काही होतं तसं बाप्पांचं झालं होतं.

लग्न लागलं. पंगतीवर पंगती झाल्या. देवब्राह्मण, आप्तइष्ट ह्यांच्या आशीर्वादानं गिरीश गृहस्थाश्रमी झाला. दिवसभर लग्न गाजत होतं. सकाळी लग्न, दुपारी जेवण, संध्याकाळी पानसुपारी, रात्री वरात असा भरगच्च कार्यक्रम होता. मांडवाबाहेर असून पूर्वेचा सूर्य पश्चिमेकडे केव्हा गेला ते मला समजलं नाही.

— वरातीची वेळ आली. प्रत्येकजण गडबडीत होता आणि बाप्पा सगळ्यांची नजर चुकवून माझ्याजवळ येऊन बसले; पण त्यांना येऊन जेमतेम दोनतीन मिनिटं होतात न होतात तोच पाठोपाठ वहिनी आल्या.

''मला वाटलंच तुम्ही इथं असाल म्हणून. गिरीश आणि ललिता नमस्काराला खोळंबली आहेत.''

''मला माहीत आहे ते!'' बाप्पा भारावून म्हणाले.

''तरी तुम्ही इथं आलात? मला माहीत आहे तुम्ही अस्वस्थ झाला आहात ते. तुमच्या अस्वस्थतेचं कारण मला समजलं नाही अजून, पण सकाळपासून मनात शंका येतेय की, तुम्हाला त्या दोघांचा नमस्कार चुकवायचा आहे. पण

ही माझी शंका काही बरोबर नसेल.''

''तुझा तर्क अगदी बरोबर आहे. मी खरंच त्यांचा नमस्कार चुकवतोय. आजपर्यंत सगळ्यांशी प्रतारणा केली. त्यात तुझी मदत घेतली. बाप ह्या नात्यानं पुष्पावर अधिकार आहे ह्या कल्पनेनं तिलाही फसवलं. पण आता मात्र उगीचच वाटतंय की त्या निष्पाप पोरीला – ललितेला – फसवायचा मला अधिकार नाही. सासरा ह्या नात्यानं तिच्यासमोर उभं राहायचं आणि तिचा नमस्कार घ्यायचा...''

''खरोखरच खुळे आहात तुम्ही. किती वेळ नमस्कार चुकवाल असा? आणि त्यात काही अर्थ तरी...''

वहिनी आणखीन काही बोलणार होत्या तोच गिरीशची हाक आली. वहिनी लगबगीनं घरात गेल्या आणि त्याच वेळेला दुसरीकडून गिरीश ललितेला घेऊन बाहेर आला. बाप्पांना काय वाटलं कुणास ठाऊक, पण ते पटकन एका आडोशाला लपले. गिरीश ललितेला घेऊन माझ्यापुढं आला.

''आश्चर्य आहे! बाप्पा इथं पण नाहीत!''

''इश्श, लग्नाची गडबड घरात आणि ह्या वेळी ते इथं कसे येतील?''

– गिरीश काय उत्तर देतो ते मी कान टवकारून ऐकू लागलो. आजपर्यंत मला त्याच्या स्वभावाचा काही अंदाजच बांधता आला नव्हता, कारण मी त्याच्याजवळ कधी पोहोचूच शकलो नाही. बाप्पांइतकाच मीही त्याच्या मनोव्यापाराबद्दल अनभिज्ञ होतो.

''अग, तुला माहीत नाही. बाप्पा अस्वस्थ झाले की इथं येऊन बसतात पारिजातकाजवळ. त्यांना मग शांत वाटतं.''

''काहीतरीच!''

''काहीतरीच काय? कुणी देवळात जातं; कुणी नदीकाठी रमतं. बाप्पांचं श्रद्धास्थान हेच आहे. मीसुद्धा जेवढा बाप्पांच्या मायेच्या सावलीत वाढलोय, तेवढाच ह्याच्याही छायेत मोठा झालोय. जाऊ दे, बाप्पा नाही सापडत तर न सापडू देत. आपण ह्या पारिजातकालाच बाप्पांच्या ठिकाणी मानू आणि नमस्कार करू. ह्याला नमस्कार केला की तो बाप्पांना पोचेल.''

''खरंच म्हणता की काय?''

''अगदी खरं. बाप्पांना आनंद होईल. चल. अगं, आतापर्यंत मी तरी कुठं ह्याला नमस्कार केलाय? चल.''

– आणि दोघांनी मला वाकवाकून नमस्कार केला. वारं नसताना माझं पान न् पान हललं – दोन कारणांनी माझी पानं हलली. एक म्हणजे मला नमस्कार केल्याने खरोखरच तो बाप्पांना पोचला होता आणि त्याहून महत्त्वाची गोष्ट

म्हणजे – बाप्पा जरी एकसारखे अस्वस्थ होत होते तरी भावनाप्रधानतेचा बाप्पांचा वारसा त्या अनौरस पुत्राकडे आपोआप आला होता. ललितेला गिरीश म्हणत होता,

"पाहिलंस, त्याची अशी पानं हलली की बाप्पा म्हणतात, तो आपल्याला आशीर्वाद देतो आहे."

■

ही कोण? ती कोण?

इनलँड लेटर! पाठवणाऱ्याचे नाव नाही. मागची ती बाजू कोरी. पत्त्याचे अक्षरही अनोळखी. शाई हिरवी. तेही नवीनच. पत्र वाचायला सुरुवात करण्याआधी सही वाचली. सहीमधील नाव जयश्री एवढंच समजलं. आडनावातली पहिली दोन अक्षरं लागली! पण तशी काय म्हणा! डॉक्टरच्या प्रिस्क्रीप्शनमधलीसुद्धा तेवढीच अक्षरं लागतात. सबंध नाव कुठं समजतं?– तसंच त्या आडनावाचं होतं.

तसेच पत्र वाचायला सुरुवात केली.

पत्रात सगळी स्तुती होती. माझ्या नव्या कथासंग्रहाचा गौरव होता. तेवढ्यात सौ.नं विचारलं,

"कुणाचं हो पत्र?"

"जयश्री नावाच्या एका मुलीचं."

"कोण जयश्री?"

तिच्या हातात पत्र देता देता मी म्हणालो,

"कोण जाणे!"

"तुमच्याच तर ऑफिसात आहे."

"कोण म्हणतं?"

"कोण म्हणतं काय, पत्रात तिनं लिहिलंय की! मग पत्र काय वाचलंत?"

मी आणखीन एक पारायण केलं.

"हो खरंच!– ती बया ऑफिसातच आहे."

आणि मग विचार सुरू झाला. ही जयश्री कोण असावी? ओळखीच्या सगळ्या मुलींची नावं, आडनावं नजरेसमोर आणली; पण त्यातली कोणीही 'जयश्री' नव्हती. काही काही मुली अशाही होत्या, की त्यांच्याशी मी नुसता बोललो होतो. नाव वगैरे विचारण्यावाचून अडले नाही म्हणून नव्हतं विचारलं.

पण तरीसुद्धा त्या मुलींच्या एकूण बोलाचालीवरून त्या पत्र पाठविणाऱ्यांपैकी असाव्यात असं वाटत नव्हतं. आता शोध घेणं आवश्यक होतं आणि तेही गुपचूप.

हे विचार चालू असताना सौ. पटकन म्हणाली,

"तुमच्या एखाद्या दोस्तानंच हा चावटपणा केला असेल."

"हो पण, असं अक्षर एकाचंही नाही." मी म्हटलं.

"हॅं: अक्षरावर काय जाताय? त्यानं कुणाकडून तरी लिहून घेतलं असेल."

"हो, हेही खरंच."

म्हणजे मग आता शोध घेणं आणखीच बिकट. कारण मी प्रत्येकाकडे संशयानं पाहणार आणि ज्यानं कोणी हा डाव टाकला असेल तो आपली गंमत पाहात म्हणणार – 'कसा एक किडा सोडून दिला ह्याच्या डोक्यात.'

– तरीदेखील त्याचा नाद सोडून देणं शक्य नव्हतं. कारण कुठं तरी एक विचार चाललाच होता, ही जर खरीखुरी 'जयश्री' असली तर पाहावं तरी कोण आहे, कशी आहे?–

'कोण असेल? कशी असेल?' हा मंत्र घेऊन मी ऑफिसात प्रवेश केला. ऑफिसात पाऊल टाकताच उजव्या हाताला बसणाऱ्या 'चौकशी'च्या खिडकीतल्या मुलीकडे लक्ष गेले. जाता-येता रोज एका स्मिताची देवाणघेवाण व्हायची. आज विचार आला हिचं नाव तर 'जयश्री' नसेल?

शक्य आहे.

पण पुन्हा वांधा. नाव कसं विचारायचं? रोज जर आम्ही व्यवस्थित एकमेकांकडे पाहून हसतो, तर आता एकदम नाव कसं काय विचारायचं?

तसाच पुढं सटकलो. तेवढ्यात आठवण झाली ती पिटकेची. बापू पिटके हा आमच्या खात्यातला ज्ञानकोशकार! अमूक एका मुलीची माहिती नाही असं नाही! पण बेटा फार सावध. त्याला कोणताही प्रश्न विचारा. उत्तरात सावधानता एवढी की प्रश्नाचं उत्तर तर मिळालं नाही म्हणायची प्राज्ञा नाही; पण माहिती मिळेल की नाही याची शंका?

तरी मी त्याला विचारलं, "पिटक्या, खाली ती 'चौकशी क्लार्क' बसते तिचं नाव काय रे?"

बापूनं उलट विचारलं, "का? तिच्याकडे ती माहिती मिळाली नाही वाटतं?"

"तू सीधेपणानं नाव सांगणार की नाही?"

पिटकेनं नाव सांगितलं. अर्थात ती जयश्री नव्हती.

"नाव विचारण्याची तुला आजच का गरज भासली?"

"काही नाही, उगीच."

"उगीच? असं कधी झालंय?" पिटकेची प्रश्नमाला सुरू झाली.

"खरंच उगीच." मी अगतिकतेनं म्हटलं.

"एखाद्या कथेत वगैरे नाव वापरायचं असेल तर सांग. मी हवी तेवढी सुचवतो." पिटके म्हणाला.

मी उगीचंच म्हटलं, "सांग चांगलं. फॅशनेबल हवं."

"कथा कसली लिहिणार आहेस?" पिटकेनं पिच्छा धरला.

"एकदम रोमँटिक!" मी पुरून उरलो.

"असं? मग घे 'जयश्री' "- पिटके पटकन म्हणाला.

मी चमकून त्याच्याकडे पाहिलं. त्याच्या चेहेऱ्यावर कपटीपणा, मिष्कीलपणा, धूर्तपणा काही सापडतं का हे मी शोधू लागलो. पिटके म्हणाला,

"असं काय बघतोस?"

"कसं?"

"जणू काही तुझ्या मनात जे नाव फिरत होतं तेच मी सांगितल्यासारखा तुझा चेहेरा झालाय."

असं बोलण्यातही पुन्हा काही त्याचा डाव होता का हे मी पाहत बसलो. लगबगीनं पिटके म्हणाला,

"पसंत नसेल तर दुसरं सुचवतो. सुचवू?"

"नको. मला दुसरंच वाटत होतं. समज, मी 'जयश्री' नाव लिहिलं आणि त्याच नावाची एखादी मुलगी ऑफिसात असली तर व्हायचा वांधा."– मी एक पवित्रा टाकला.

"छे छे. डोण्ट वरी. जयश्री गडकर नावाची एकही मुलगी ह्या ऑफिसात नाही."– पिटके ताबडतोब म्हणाला.

माझा पवित्रा अचूक होता. पिटकेदेखील गंडला आणि म्हणाला, "त्या नावाची मुलगीच नाही" म्हणून पिटकेच्या ह्या माहितीला 'कशावरून' हा प्रश्न विचारणं म्हणजे एखाद्या संगीतरत्नाला 'सप्तकात सातच सूर कशावरून?' हा प्रश्न विचारण्यासारखा होता. गवयाला जसा सूर न् सूर माहीत, तसा पिटकेला प्रत्येक पोरीचा नूर न् नूर माहीत.

पण ह्या माहितीचा उपयोग नव्हता. 'जयश्री' नावाची मुलगी नव्हतीच ह्याचा अर्थ एवढाच होता की एखाद्या पोरीचं हे टोपण नाव किंवा पाळण्यातलं

नाव असण्याची शक्यता होती. टोपणनाव असेल तर ते समजणं थोडं तरी शक्य होतं. पण पाळण्यापर्यंत पोहोचून नाव वगैरे शोधणं – जाना देव. जिनं कोणी हा चावटपणा केला होता, तिला धंदा नव्हता एवढं नक्की!

चावटपणा नाहीतर काय?

घरी गेल्याबरोबर सौ.नं विचारलं,

"सापडली का?"

– आता आला का वांधा! फिर्यादी पक्षाच्या वकिलानं आरोपीला विचारावं फक्त 'हो' किंवा 'नाही' सांगा आणि मग ह्यानंतर त्यानं आरोपीला प्रश्न विचारावा, 'बायकोला मारणं सोडलंत की नाही?' ह्यावर आरोपीनं कोणतं उत्तर द्यावं?– तशातली अवस्था! मुलगी सापडली की नाही ह्याचं काय उत्तर द्यायचं? 'हो' म्हणावं तर बायको विचारणार दिवसभर शोधत बसला होतात ना?– 'नाही' म्हणावं तर विचारणार 'दिवसभर शोधूनही सापडली नाही?' असल्या प्रश्नावर 'मौन' पाळणंही धोक्याचंच.

शेवटी एक पळवाट सापडून मी विचारलं,

"तुझ्याच एखाद्या मैत्रिणीचा हा चावटपणा असेल."

विकेट घेतली नाही तर सौ. कसली? ती म्हणाली,

"माझ्या मैत्रिणी तुमच्या मैत्रिणीसारख्या नाहीत."

मी म्हणालो, "मला एकही मैत्रीण नाही."

"मग पत्र कसं आलं? – आपला पत्ता तिनं अचूक लिहिलाय."

– सौ.ला गप्प करण्याची सुवर्णसंधी आली होती. मी पटकन म्हणालो, "कथासंग्रहावर संपूर्ण पत्ता छापलाय. हा: हा: हा:!"

हट्टाला पेटून सौ. म्हणाली, "तिनं मला नमस्कार लिहिलाय आणि मुलांना नावानिशी आशीर्वाद पाठवलाय." अर्थातच ह्याही आक्षेपावर सौ.ची 'सिक्स्टीन ॲनाज' जिरणार होती. मी विनाविलंब म्हणालो,

"पुस्तकात सर्वाधिकार तुझ्या नावानं आहेत आणि अर्पणपत्रिका मुलांच्या नावानं आहेत. माझ्याशी लग्न करूनही तू पुस्तक नीट वाचलेलं नाहीस आणि ह्या मुलीनं पारायणं केलेली दिसताहेत. पिकतं तिथं विकत नाही हेच खरं!"

बायकोला गप्प करण्यापुरतं हे सगळं ठीक होतं; पण माझ्या डोक्यातून तो विषय जायला सहजासहजी तयार नव्हता. त्या मुलीच्या आगाऊपणाचा मला भलताच राग आला. पत्र लिहिलं ते लिहिलं न्, मग खाली नीट सही करायला काय झालं होतं? ते पत्र बनावट नक्कीच नव्हतं. ती मुलगी मला रोज पाहात असणार. तिच्या सख्यांना तिनं बातमी सांगितलेली असणारच. तिच्याबरोबर

त्याही आम्हाला पाहात असणार. आंधळी-कोशिंबीर डावाप्रमाणं आमच्या डोळ्यांवर पट्टी. आम्हाला सगळे पाहाणार; पण आम्हाला काही दिसणार नाही.

आपल्यालाही काही डाव टाकता आले पाहिजेत. लपंडावात एखादा भिडू कुठं लपलाय हे माहीत असूनही आपण मुद्दाम तिकडे दुर्लक्ष करतो, तसं मला करायला हवं होतं. लपलेला भिडू सापडूनही मग मी त्याची दखल घेणार नव्हतो.

स्टेशनवर आलो. तेवढ्यात बिलीमोरिया दिसला. आमचा टेलिफोन ऑपरेटर. मी त्याला गाठलं – म्हणालो, 'बिली, एक काम आहे.'

''कसलं काम साला? नंबर मांगटे काय?''

''नाही. नंबर नाही. सांगतो.''

बिलीमोरियाला कॉन्फिडन्समध्ये घेणं आवश्यक होतं. प्रत्येक खात्यातून 'जयश्री कोण?' असं विचारीत मी हिंडणं म्हणजे सगळ्यांना एक खाद्य पुरवल्यासारखंच! 'जयश्री' सापडून जुनीपुराणी झाली असती तरी मग ह्या लोकांचा 'सापडली का?' हा प्रश्न पिच्छा पुरवत राहिला असता. काहींनी भलतीच मुलगी दाखवून 'जयश्री' अशी माहिती पुरवून माझी गंमत पाहिली असती. 'हे लेखकू भलतेच भंगड. केव्हा काय शोधतील...' वगैरे वगैरे शेरे तर रोजच ऐकावे लागले असते. बिलीमोरियाला मात्र हे काम स्वत:ची जागा न सोडता, कुणालाही संशय न येता 'संभावितपणे' करता आलं असतं! विश्वासात घेतल्यावर मदत करण्याचा बिलीचा स्वभाव आख्ख्या ऑफिसात माहीत! बिलीला प्रॉब्लेम लगेच समजला.

''ये टो साला सीधाच जॉब, आमी समद्या डिपार्टमेंटला कॉल देऊन वार्ता करेल की जयश्रीला कॉल हाय. तुला फाईव्ह थर्टीचे आतमंदी देतो जयश्री.''

– मग सबंध दिवस मी बिलीच्या फोनची वाट पाहत बसलो. फोनची घंटा वाजली रे वाजली की प्यूनच्या अगोदर मी फोन घ्यायचा. एकदोनदा फोन प्यूनलाच आला होता.

संध्याकाळी मी बिलीमोरियाला पुन्हा गाडीवर गाठलं.

''समदा डिपार्टमेंटला धा वखत साला रिंग दिला. तुजा हिरॉइन नाय मिलत हां!''

''नाही रे. असं म्हणू नकोस. I must get that.''

''अरे पण साला, तुमचा जातवाली असा काय बिलंदरपणा दावते? साला, कुणावर मन गेला तर नाव का नाही लिवते?''

"बिली, you are misunderstood! तिला माझ्या short stories आवडतात."

"ए तो बद्दा थापा हाय. ब्लफ् हाय. साला गेले एट् इयर्स आमी ऑपरेटर हाय. आमाला मानस दिसत नाय. पण आवाजावरून आम्ही समजते मामला सीधा हाय की नाय! आणि तुमी ऑथर म्हणते आणि तुमाला रायटिंगवरून पत्ता नाय चलते?"

"खरोखरच नाही समजत."

"साला ष्टोरी अप्रिशिएट करते मग खाली नाव लिवते नाय?"

"आता काय करू तूच सांग. ती सापडेल एवढी आयडिया दे."

"अरे, आमी ऑपरेटर लोक बोलेल ते ऐकते. कोणी लिवेल ते पढते. आमी काय आयडिया देल? एक साला लेटर आला, तेच्यावर नामबी नाय तेला काय इम्पॉरट्न्स देतो? छोड दे नी."

"No. no, I can't leave it like that only."

"तर मग साला, तेच्यावरच ष्टोरी लिवून टाक."

– बिलीमोरियानं अभावितपणे सल्ला दिला. पण, मला तो एकदम मानवला, घडलेल्या प्रसंगावर गोष्ट लिहिणं सोपं होतं. त्या मुलीचा शोध घेण्यासाठी काय काय केलं त्याची हकीकत मोठी मजेदार होणार होती. परत मग तीही कथा त्या मुलीनं वाचली असती तर कदाचित आणखीन एखादं पत्र पाठवून तिची रिॲक्शन तिनं मला कळवली असती.

घरी परतल्यावर पुन्हा सौ.ची आणि माझी संशोधनावर चर्चा. परत तीच अलिप्तता दाखवावी लागली. शब्दासाठी शब्द शोधावे लागले. एक वैतागच.

पण हे काहीच नाही. आमच्या संशोधनाची कुणकुण ऑफिसात काहींना लागलीच. बिलीबद्दल मला खात्री होती. तरी, बातमी कशी फुटली हे समजेना. ज्या डिपार्टमेंटमध्ये मी जाई तिथं कुणी कुणी आपणहोऊन म्हणाले, 'तुमची हिरॉइन इथं नाही.' एक-दोघांनी तर माझ्यासमोर त्यांच्या शेजारपाजारच्या मुलींची नावं अगदी पुकारा करून विचारली. जिन्यातून जाताना एक-दोघींनी दुसरीला मुद्दाम 'जयश्री', 'जयश्री' म्हणून उगीचच हाका मारल्या. तीन-चार मुलींच्या घोळक्यात दोन-तीन मुली 'जयश्री' नावाच्या कशा असतील?

– ह्या सर्व मामुली घटनांचं कौतुक करण्यावाचून माझ्यासारख्या 'लेखकूला' गत्यंतर नव्हतं.

शेवटी बिलीमोरियाची युक्तीच बिनतोड वाटू लागली. त्याच सगळ्या पत्र-प्रकरण आणि संशोधन – ह्या विषयावर कथा पुरी केली. एका दैनिकात ती पंधरा दिवसांच्या अंतराने झळकलीसुद्धा!

प्रतिक्रियेची वाट पाहाण्यात मग चार-पाच दिवस गेले. आणि एके दिवशी घरी गेल्याबरोबर सौ. म्हणाली,

"एका अनोळखी वाचकाचं पत्र आलंय आणखीन!"

मी पत्रावर झडप घातली. एका दमात वाचून काढलं. आणि पुन्हा डोक्यावर हात मारून घेतला. पत्र 'स्त्री-वाचकाचं' होतं. तेही अनोळख्या. नुकत्याच प्रसिद्ध झालेल्या कथेची स्तुती करून मी तिचा कसा आवडता लेखक आहे हे तिनं सविस्तर लिहून स्वत:चा पत्ता मात्र दिला नव्हता. पण शेवटी एकच वाक्य होतं – 'मी आणि तुम्ही एकाच उपनगरात रहातो. माझी तुमची सकाळ-संध्याकाळची लोकलही एकच आहे. मी नेहमी मागच्या बायकांच्या डब्यातून प्रवास करते.'

– पत्राखाली नाव मात्र ठसठशीत होतं, तरी पुन्हा वांधाच. बायकांच्या डब्यातून प्रवास करणं (*आवडलं तरी*) शक्यच नाही. तिकीटचेकर सगळ्यांचे पास राजरोस तपासू शकतो. पुन्हा अशाच एका 'बिली'ला पकडायला हवं, दुसरं काय?

बलिदान

घरातून बाहेर पडताना तेजस्विनीनं विजयच्या हातात पाच रुपयाची नोट देत म्हटलं,

''संध्याकाळी ऑफिसातून घरी येताना टॅक्सी करावी.''

''ह्याचा अर्थच मला समजत नाही. टॅक्सीत का पैसे घालवायचे उगीच? गाडीनं नाही का मी रोज येत?''– तेजस्विनीच्या हातातल्या नोटेकडे पाहत विजय म्हणाला.

''आज गाडीनं येणार का?''

''गाडीनं येईन किंवा सरोज आली तर तिच्या कारमधून येईन.''

''तेवढ्याचसाठी हे पैसे ठेवा. टॅक्सीनं या हवं तर; पण...''

''पण सरोजच्या मोटारीतून येऊ नका, असंच ना? मला तर कळतच नाही तुला काय झालंय ते. तुझ्या मनात काय येईल आणि काय नाही...''

''कबूल. मी कोत्या मनोवृत्तीची आहे, हलक्या कानाची आहे. मला माझं मन मोठं नाही करता येत. म्हणूनच हे पैसे. टॅक्सीनं या.''

''आणि सरोज आली आणि मोटारीतून चला म्हणाली तर...''

''समर्पक उत्तर देण्याइतके तुम्ही तत्पर आहात.'' तेजस्विनी शांतपणे म्हणाली. विजयच्या हातात नोट ठेवीत ती घरात आली. तिच्या दृष्टीनं मामला संपला होता, संपवणं सोपं होतं. विचारात पडावं अशी ती बाबच नव्हती. वर्तमानपत्र नको असलं म्हणजे नाही आपण सहज सांगतो, उद्यापासून पेपर नको म्हणून! – तसंच हे. ज्या ज्या माणसाला एखाद्याची ओळख वाढवता येते, त्याला ती कमीही करता आली पाहिजे. एवढंच काय, त्याला ती संपूर्ण तोडता आली पाहिजे.

''तुम्हाला तिनं टॅक्सीनं या म्हणून सांगितलं?''– सरोजनं विचारलं.

“होय.” चिडलेला विजय आत्मसंयमन करीत म्हणाला. पण तेवढ्याच थंडपणे, मिष्कीलपणे हसत सरोज म्हणाली,

“हात्तिच्या, सोपं आहे. मी तुम्हाला घरापर्यंत सोडते, तुम्ही मला पैसे द्या आणि वहिनींची खात्री पटवून देण्यासाठी मी घरात येऊन पैसे घेतले म्हणून सांगते; मग तर ठीक होईल ना?”

चढलेल्या चेहऱ्यानं, पडलेल्या आवाजात विजय म्हणाला,

“तुला सगळीच थट्टा वाटते. आता एवढ्या साध्या गोष्टी राहिल्या नाहीत. भडकली तर व्हायची सगळ्यांचीच पंचाईत! त्यापेक्षा -”

“त्यापेक्षा आपण भेटायला नको, असंच ना? – माफ करा, भलतेच उपाय भलत्याच अवस्थेत सुचवू नका. तुम्हाला कदाचित हे सर्व विसरणं सोपं वाटत असेल, पण...”

“सरोज, असं काही बोलून माझ्यावर अन्याय करू नकोस.”

“कदाचित तुम्ही काही वेळा चेहऱ्यावर निर्विकारता दाखवता तेवढी अंतःकरणात असेलही.” सरोज जाणूनबुजून म्हणाली.

सरोजच्या ह्या खोडसाळ विधानावर विजय भडकला. आधीच त्याच्या मनाची द्विधा अवस्था झाली होती. त्याला तेजस्विनी तर हवीच होती, पण सरोजचं आकर्षण तेवढंच जबरदस्त होतं. तिच्या व्यक्तिमत्वाचा, लाघवी स्वभावाचा एवढा विलक्षण पगडा त्याच्यावर पडला होता की त्यातून सुटका कठीण होती. आता त्याचा तो राहिलाच नव्हता. तिच्याकडे गहाण पडला होता, मनानं!-विजय सगळीकडे वावरायचा, पण तो तिच्या स्मृतीसह. दैनंदिन जीवनातली अशी बाब राहिली नव्हती, की ज्यात सरोजची आठवण नाही, सरोजची उणीव भासली नाही. आनंदाचा प्रत्येक क्षण सरोजविना डागल्यासारखा वाटायचा; आणि उपेक्षेचं साधं दुःखही त्याला असह्य वाटायचं. पण असं सर्व वाटत असूनही आपलं हे वेड, ही बेभानता किती ‘निराधार’ आहे, किती पोरकी आहे, ह्याची विजयला जाणीव होती. अशा वैचारिक वादळात अक्षरशः कागदाच्या कपट्याप्रमाणे तो भिरभिरत होता. काव्य, साहित्य हा विजयचा प्रांत नव्हता. तरीही कुठं तरी ऐकलेल्या शायरीच्या ओळी तो कैकदा स्वतःशी म्हणायचा,

हम दिलसे तुम्हारे है । यह कह भी नहीं सकते
और तुमसे जुदा होकर । रह भी नहीं सकते ।

त्याच्या ह्या व्यथेला, दुःखाला फक्त एकच वाली होती. ती म्हणजे सरोज. तिला अशी मधुनमधून अघोरी थट्टा करायची लहर येते. आत्ताही तेच झालं. आतल्या आत धुमसत विजय म्हणाला –

''ठीक आहे तुला जर प्रामाणिकपणे असं म्हणायचं असेल तर मी चाललो. स्वत:चं दु:ख एकट्यानं वागवण्याइतकं धैर्य मला मिळेल हळूहळू.''

विजय एवढं बोलून चालायलाही लागला. त्याच्याबरोबर गाडी चालवीत सरोज म्हणाली,

''या साहेब, या आता आत. माझा खराखुरा राग येण्यासाठी तुम्हाला खूप तपश्चर्या करावी लागणार आहे.''

– विजयचं लक्ष सरोजच्या डोळ्यांकडे गेलं आणि त्याची ताकदच गेली. हीच ती नजर! पहिल्यांदा स्वत्व हरवलं गेलं ते ह्याच नजरेपायी! पुंगीच्या स्वरावर नागराजाचं तेज गहाण पडावं, विस्तवावर पडलेल्या धुपाला स्वत:चं अस्तित्व राहू नये – तसं त्या नजरेनं झालं! त्या दिवशी विजय घरी आला. तो अशीच ऐकलेली आणि अनपेक्षितपणे लक्षात राहिलेली शायरी म्हणत –

उनकी पहली नजरको क्या कहिए –
हम आजतक है वह चोट दिलपर लिये हुये ।

नाखुषीनं सरोजच्या शेजारी बसत विजय म्हणाला,

''आजचा दिवस येतो; घरापासून अंतरावर सोड म्हणजे झालं.''

''तसं जमायचं नाही. गाडीत बसलास ना माझ्या, आता मी घरापर्यंत येणार, मी तुझ्यावर कशी जबरदस्ती केली हे सांगणार. मग काय त्यांना म्हणायचं ते पाहू.''

तेजस्विनीनं मोटारीच्या आवाजावरूनच सगळं ओळखलं. तिच्या कपाळावर आठी चढली. मोटारीच्या दोन्ही दरवाजाचे आवाजही तिला बसल्याजागी ऐकू आले. ती स्वत:शी म्हणाली, 'म्हणजे बाईसाहेबही घरात येणार तर. आता सगळं हास्य-विनोदाचं नाटक करायला हवं. ते सर्व मंजूर आहे, त्या सर्व संबंधात काहीच गैर नसल्याचं दर्शवायला हवं. आता मीना आणि मुकुंद ह्यांचं कौतुक सुरू होईल. त्यांच्यासाठी काही काही आणलं असेल. लाच म्हणून. छोट्यांना हा खाऊ आणि मोठ्यांसाठी...'

सरोज-विजयच्या आगमनाने तेजस्विनीची विचारमालिका तुटली. ती मनाविरुद्ध का होईना, पण स्वागताला उभी राहायच्या आतच ती दोघं घरात आली.

''मालकीणबाई, आहात का?'' सरोजनं दरवाजाची कडी वाजवीत विचारलं.

– 'मालकीणबाई' ह्या शब्दाचाच तेजस्विनीला राग आला. तिच्या ओठाशी

आलं, 'कोण झालंय आता मालकीण?' पण तसं ती म्हणू शकणार नव्हती. म्हणजे एवढ्यात तरी तिला तसं सरळसरळ काही दर्शवायचं नव्हतं. अजून तिचा स्वत:वर विश्वास होता. तेजस्विनी नावातला अर्थ माहीत होता. पावलं एक वेळ उशिरा पडतील. फार जवळ जवळ पडतील. पण पडतील ती योग्य वेळी, योग्य दिशेनं पडतील ह्याची तेजस्विनीला खात्री होती; आणि त्याचप्रमाणे, सकाळी विजयला 'टॅक्सीनं या' असं सांगून तिनं त्या शीतयुद्धाची नांदी म्हटली होती. सकाळी एवढा स्पष्ट विरोध दर्शवूनही विजय सरोजच्या मोटारीतून आला होता. आता ह्यापेक्षा चढा पवित्रा घ्यावा लागणार ह्याची तेजस्विनीला कल्पना आली. या बाबतीत विनंती, विनवण्या, रडण्या-भाकण्याचा परिणाम होणार नाही, ह्याची तेजस्विनीला खात्री होती. असं जरी सगळं होतं तरी ही वेळ कोणताही पवित्रा घ्यायला योग्य नव्हती. त्यांचं स्वागत करणं भाग होतं. त्यांच्या गप्पात ती सामील झाली. हास्य-विनोदात रमली आणि त्या वेळेला सरोज विजयला नजरेनं म्हणत होती.

'उगीचच घाबरला होतात तुम्ही.'– त्याच वेळेला तेजस्विनीला, आपल्या वरवरच्या वृत्तीला ती दोघं फसल्याचा खेद वाटत होता, विषाद वाटत होता. तिला लवकरच पुढची पावलं टाकायची होती.

पण सगळे बेत व्यवस्थित आखूनही ते अमलात आणता आले नाहीत. त्यापूर्वी निराळ्याच घटना घडल्या. सगळ्या कुटुंबावरच संकट कोसळल्यावर तेजस्विनीला आपसातले गैरसमज, मतभेद बाजूला ठेवायला लागले.

–विजयवर काही रकमेची अफरातफर केल्याचा आरोप आला. एका चांगल्या बँकेत विजय कॅशियर होता. सरोजचं भलं मोठं खातं त्याच बँकेत! विजयची व तिची ओळख म्हणूनच!

प्रसंग बाका होता. भल्याभल्यांनी विजयबद्दल ग्वाही दिली. अनेकांना या बातमीचा धक्का बसला होता. खुद्द डायरेक्टर्सपैकी काहीजण विजयला अनुकूल होते; पण त्यांना काही करता येत नव्हतं. ह्या सर्व घटनेतला मुख्य दुवा विजय. पण त्यालाच काही आठवत नव्हतं. अशा प्रसंगी सर्व शक्तीनिशी पाठीशी उभी राहिली ती सरोज. हवी तेवढी रक्कम भरण्यात आली. पण तोवर मामला पार बिघडला होता. बँकेत चौकशीचं सत्र सुरू झालं; आणि चौकशीचं प्रकरण संपेपर्यंत विजयला तात्पुरतं बडतर्फ करण्यात आलं!

तेजस्विनीच्या सगळ्या विरोधाला, तिनं आखलेल्या सर्व योजनेला, सुरुंग लागला तो इथं. सरोजला विरोध दर्शवणं फार कठीण होतं. ती केव्हाही यायची. कोणतीही गोष्ट उणी पडू द्यायची नाही. केवळ विजयलाच नव्हे तर मुलांनाही तिनं जिंकलं होतं. तेजस्विनी सोडल्यास कुणालाही फारसं बिघडलंय

असं वाटत नव्हतं. मुलांना गंभीर परिस्थितीची जाणीव व्हावी ह्याची तेजस्विनीला अपेक्षा नव्हतीच. वडील चोवीस तास घरी असतात याच आनंदात ती होती; आणि विजय चोवीस तास घरी असतो, हीच तेजस्विनीची डोकेदुखी होती.

ह्या अकल्पित ओढावलेल्या प्रसंगानं विजय माणसातून जणू काय उठला होता. आपत्ती आल्यावर जातिवंत पुरुष चिडून उठतो. अन्यायाचा बळी झाल्याची जाणीव त्याला स्वस्थ बसून देत नाही. तो जास्त क्रियाशील होतो. डाव करण्याच्या प्रयत्नात असलेल्यांचे कपट उलटवून टाकण्यासाठी तो संधी शोधत राहतो. किमान ह्या आपत्तीचे विजयसारख्यांनी असे स्वागत करावे, ही तेजस्विनीची अपेक्षा होती. विजयला कष्टाची ओळख नव्हती. लग्नानंतरचे काही दिवस तेजस्विनीनं व विजयनं झुंजारवृत्तीनं काढले होते. समस्या हसतमुखानं सोडविल्या होत्या. बारीकसारीक संकटांना खांद्याला खांदा देऊन तोंड दिलं होतं. बिकट परिस्थितीत तर नेहमी तेजस्विनीची समजूत घालताना तो म्हणायचा,

'अग, रडतेस काय अशी? – विजयला तेजस्विनी मिळाली, अपयश आता दिपूनच जायला पाहिजे.'

– पण आता ह्यातलं काय राहिलं होतं? – का हा वयाचा परिणाम समजायचा?– चाळिशीच्या वयात गेलेल्या माणसाला स्वास्थ्याची भूक एवढी असते का?– तेजस्विनी एकटीच ह्यावर विचार करून थकायची. केव्हातरी विजयला जुन्या आठवणी सांगून, त्याला उत्तेजन देण्याचा प्रयत्न करायची. केव्हा केव्हा तो शांतपणे ऐकून घ्यायचा. केव्हा केव्हा बाहेर निघून जायचा आणि केव्हा केव्हा शांतपणे तिलाच उलट विचारायचा,

'कशाला हव्यात ह्या गोष्टी? – कशाला दहा ठिकाणी खेटे घालायचे? त्या व्यवहारी जगाचे मला तोंड पाहायचं नाही –'

समजावणीच्या स्वरात तेजस्विनी म्हणायची, 'असं म्हणून कसं चालेल? ह्याच जगात राहायचंय आपल्याला!'

'राहायचं असेल, ह्याचा अर्थ त्याला भ्यायलं पाहिजे असं नाही. भिऊन राहिलो म्हणून ही पाळी. बँकेची पै न पै चुकती केल्यावर माझ्या नोकरीचा प्रश्न येत होता कुठे? पण नाही कुणी मानलं. म्हणे बँकेच्या इभ्रतीसाठी चौकशीचं नाटक करायला हवं. संस्थेला तेवढी प्रतिष्ठा आणि माझ्यासारख्यानं एवढी वर्षं दिवसरात्र कामं केली, त्याला मात्र प्रतिष्ठा नाही काय?' – विजय चिडून म्हणायचा.

तेजस्विनी त्यावर एकदा म्हणाली होती, 'विजय, असे निरुत्साही होऊ

नका. गेलेली प्रतिष्ठा परत मिळवता येते. त्यात काय मोठंसं?'

त्यावर तो उफाळून म्हणाला, 'चार नालायक लोकांकडून प्रतिष्ठा मिळवण्यात कसला आलाय पुरुषार्थ? मला खरंखुरं जाणणारी माणसं निराळी आहेत.'

– एवढ्यावर मग तो तेजस्विनीला हवा असलेला; पण विजयला नको असलेला विषय संपायचा. विजयला आलेलं अपयश तेजस्विनीला डाचलं होतं, ह्यात वादच नव्हता. विजयच्या खालोखाल तो आघात सगळ्या कुटुंबावरच होता. पण त्याहीपेक्षा दु:ख होतं ते विजयच्या वृत्तीचं! वेदना होती ती फार निराळी! कुणाच्या आधारापायी विजय एवढा निष्क्रिय झालाय हे एखाद्या शाळकरी पोरानं सांगितलं असतं.

'अनंतहस्ते कमलावराने' द्यावं तशी उधळपट्टी आणि खैरात सरोजनं चालवली होती. तिनं केवळ विजयचाच नव्हे तर मुलांचा कब्जा घेतला होता. विजयला त्याची खंत नव्हती. त्या लाजिरवाण्या जिण्याचा तेजस्विनीला तिटकारा आला होता. तिच्या माहेरी सगळं व्यवस्थित असूनही ती माहेरी जायला मोकळी नव्हती. कारण मग त्या राज्यात कुणावर नियंत्रण राहिलं नसतं. त्याशिवाय एवढे दिवस ज्या गोष्टी तिच्या घरापर्यंत पोहोचल्या नव्हत्या, त्यादेखील कळण्याची शक्यता होती.

– पण अशा गोष्टी सावरून सावरल्या जात नाहीत. तेजस्विनीनं पराकाष्ठा केली तरी आजुबाजूचे लोक पाहत होते. समजायचं ते समजत होते. पिसावरून 'पक्ष्याची' गणितं मांडीत होते. सांगून ऐकण्याच्या मन:स्थितीमध्ये विजय राहिला नव्हता!

– मार्ग एकच होता. सरोजचा! – जो आजवर तेजस्विनीनं टाळला होता. पण आता इतर उपाय थकले होते.

एवढ्या अचानकपणे तेजस्विनी आपल्या घरी येऊन उभी राहील, अशी सरोजला कल्पना नव्हती. तेजस्विनीची एकूण चर्या पाहून ती गप्पागोष्टी करण्यासाठी आलेली नाही, हे सरोजनं लगेच ताडलं; पण तसं चेहऱ्यावर न दर्शवता ती मोकळेपणी म्हणाली,

"बसा. इतके दिवस या, या म्हणतेय, आज सवड सापडली तुम्हाला."

"सवड काढावी लागली."

"बोला, काय म्हणताय? – अगदी मोकळेपणानं सांगा. तुम्ही माझ्याबरोबर जेवढ्या मोकळेपणी वागायला हवं तेवढ्या वागत नाही. मला

ह्याचं वाईट वाटतं."

– सरोजच्या ह्या स्पष्ट व प्रामाणिक विधानावर तेजस्विनी चपापली. मात्र हिला प्रामाणिकपणे आपल्याबद्दल एवढा जिव्हाळा वाटत असेल का, ह्याची शंका मनात आलीच. क्षणभर तिला वाटून गेलं, आपण जे काही ठरवून आलो आहोत ते आज बोलूच नये. पाहावी आणखीन काही दिवस वाट! – पण ह्या विचारांच्या पाठोपाठ तिला विजय आठवला. त्याची ती सुखासीन वृत्ती आठवली. आपत्तीची झळ न लागता ऐतखाऊपणाला चटावलेला विजय तिला आठवला. हे सर्व सरोजपायी झालं होतं. काहीच न बोलण्याचे विचार दूर पळाले. सरोजकडे तेजस्विनी पाहत राहिली. सरोज म्हणाली,

"अशा पहाताय काय? मी म्हणते ते खरं ना?"

"होय."

"मग तुम्ही अशा का राहाता?"

"माझ्याजागी तुम्ही असतात तर कशा वागला असतात?"

"तुम्ही आता जशा वागताहात तशी नक्कीच नसते वागले."

"ह्याचा अर्थ तुम्ही माझ्या दृष्टिकोनातून विचार केलेलाच नाही. अर्थात त्याबद्दल मी तुम्हाला दोष देऊ शकत नाही. कारण तसा विचार करण्याची तुम्हाला गरजच भासली नसेल."

एवढ्या प्रास्ताविकावरून संभाषण कोणत्या वळणानं प्रवास करणार आहे, याची सरोजला कल्पना आली. तिला त्याचं बरं वाटलं. केव्हातरी हा विषय निघायचा होताच. तेव्हा तरी सगळ्यांच्या भूमिका आहेत त्यापेक्षा स्पष्ट व्हावयाच्याच होत्या. तेव्हा तेजस्विनीचं येणं आणि ह्या विषयावर ह्या दृष्टिकोनातून बोलणं ह्या गोष्टी स्वागतार्ह होत्या. सरोजनं त्याच वेळी एक खूणगाठ मनाशी पक्की केली की, ह्या असल्या विषयात, ह्या असल्या नात्यात अपमान होण्याच्या जागा जास्त! आपण 'तोल' सोडायचा नाही.

"गरज भासली नसेल हे तुम्ही कसं म्हणता?– माझाही संसार होता एके काळी हे माहीत आहे तुम्हाला?"

"नाही. मला तुमची काहीही माहिती नाही. मी कधी विचारलं पण नाही."

"म्हणजे गरज तुम्हालाच भासली नाही."

– सरोज शांतपणे म्हणाली. तेजस्विनी चमकली. तेवढ्यापुरतं बोलणं तिच्यावर उलटलेलं होतं. पण वस्तुस्थिती होती ती! तिनं विचार का करावा? – विजयसारखा नवरा, गोंडस मुलं आणि एकूण आबादीआबाद! ह्या सरळ चाललेल्या संसारात उपरी काय ती सरोजच होती. तिचा विचार तेजस्विनीनं का करावा?–ती म्हणाली,

"तो प्रश्न गरजेचा नव्हता, मन:स्थितीचा होता. नवऱ्यावर जिवापाड प्रेम करणाऱ्या कोणत्याही स्त्रीसमोर जी समस्या पडली असती तशीच समस्या माझ्यासमोर होती... आणि... अजूनही आहे.''

"समस्या?–कसली समस्या?''

"तुम्हाला माहीत आहे. तुमचाही संसार झाला होता ना? एका संसारी बाईला स्वत:च्या नवऱ्याची कोणत्या तऱ्हेची काळजी वाटते ह्याची तुम्हाला नक्कीच कल्पना आहे. उगीच लपवालपवी कशाला हवी!'' तेजस्विनी आता जास्त स्पष्ट बोलायला लागली होती. ठरलेल्या विषयावर लवकर बोलता यावं ह्याची तिला घाई झाली ते सर्व जाणून सरोजनं विचारलं –

"मी म्हणजे तुम्हाला एक समस्या वाटते?''– सरोजचा हा अनाठायी शांतपणा पाहून तेजस्विनीचा तोल सुटला. इतके दिवसांचा कोंडमारा आता बाहेर पडायला लागला. ती म्हणाली,

"मग मी काय म्हणू दुसरं? तुम्ही माझ्या घरात माझं असं काही ठेवलंच नाहीत. तुम्ही माझ्या घरातली प्रत्येक व्यक्ती भारावून टाकलीत, जिंकून घेतलीत. स्वत:च्या घरात मी आता परकी झालेय.''

"असं का म्हणता? मला समजून घ्या. मला असं काही करायचं नव्हतं आणि नाहीही. मला तुम्ही सगळी हवी आहात. मला तुम्ही सगळी आवडली आहात.''

"खोटं आहे हे. साफ चूक आहे. तुम्हाला विजय आवडले आहेत. तुमचं त्यांच्यावर प्रेम आहे आणि केवळ त्यांना आमच्यातून निराळं काढता येत नाही, म्हणून तुम्हाला आमच्यावरही प्रेम करावं लागतंय. ह्या परिस्थितीत तुम्हाला त्यांना मदत करायची आहे आणि आम्हाला हा फायदा त्यांच्यापायी मिळतोय. मला वेदना होतात त्या ह्या गोष्टींच्या.'' तेजस्विनी तळमळून म्हणाली. तिच्या खांद्यावर हात ठेवीत सरोज म्हणाली,

"नाही, असं मानू नका. गैरसमज करून घेऊ नका. मला खरोखरच तुम्ही सगळी हवी आहात. तुमच्या सगळ्यांचं चांगलं व्हावं एवढ्यासाठी मी –'' तिला मध्येच अडवीत तेजस्विनी म्हणाली.

"काय केलंत? त्यांना निष्क्रिय केलंत. श्रम करण्याची त्यांची वृत्ती बदललीत. त्यांना स्वास्थ्याची चटक लावलीत. बेकारीची झळ बसू दिली नाही. त्यांच्या व्यक्तित्वाचं स्तोम माजवून मोठेपणाच्या खोट्या कल्पना त्यांच्या डोक्यात भरवून दिल्यात. अशा रीतीनं तुम्ही त्यांना दुबळं बनवलंत. त्यांना ओळखणाऱ्या फक्त तुम्हीच आहात असं तुम्ही त्यांना सारखं भासवत आलात. तुमचं त्यांच्यावर प्रेम होतं तर तुम्ही त्यांच्या मनात ईर्षा निर्माण करायला हवी

होतीत. पुरुषानं नेहमी झुंजत राहावं असं नेहमी बायकांनी वागायला हवं. तो परावलंबी राहाणार नाही ह्याची दक्षता स्त्रीनं घ्यायची असते. पण तुम्ही अगदी उलट केलंत. त्यांच्यावर जाळं टाकलंत. दुर्दैवाने त्यांची नोकरी गेली. त्या वेळी मी त्यांना जागं करीत होते, तर तुम्ही त्यांना स्वत:च्या ताब्यात ठेवत होतात. त्यांना असं पांगळं करून नंतर तुम्हाला मलाही जिंकायचं होतं, पण तुम्हाला ते साधलं नाही. खरीखुरी हिंदू स्त्री आहे मी. अर्ध फटकूर, अर्धा तुकडा, पण तो स्वकष्टार्जित – ह्यावर आनंद मानणारी मी बाई आहे; आणि मला तसं राहून दाखवायचं होतं; पण तुम्ही मला तशी संधी देत नाही आहात. मग मी तुम्हाला काय म्हणू? तुमचाही संसार होता म्हणता ना? मग माझ्यासारख्या संसारी स्त्रीची समस्या तुम्हाला समजायला हवी.''

त्या भेटीतून काहीच निष्पन्न होणार नाही ह्याची तेजस्विनीला कल्पना होती. कोणत्या तरी विचारांच्या तिरीमिरीसरशी ती सरोजकडे गेली होती, पण त्यामुळे तिला हलकं वाटत होतं. ह्या सर्व प्रकारात आपल्या मनाची नक्की काय अवस्था झाली आहे हे तिला सरोजच्या कानावर घालायचं होतं. सरोजनं तिला काय काय म्हणायचं ते शांतपणे ऐकून घेतलं होतं.

पण नुसतं ऐकून घेऊन समस्या कशी सुटणार? विजय अजून तसाच तऱ्हेवाईक वागत होता. सरोजची व तेजस्विनीची झालेली मुलाखत त्याला समजली होती की नाही ह्याची कल्पना नव्हती, आठच दिवसांनी तेजस्विनीला ते समजलं, पण फार विलक्षण तऱ्हेनं, चमत्कारिक परिस्थितीत!

सरोजकडे जाऊन आठ दिवसांनंतरची गोष्ट. सकाळी जाग आली तेव्हाच तेजस्विनीला काहीतरी निराळं वाटायला लागलं. कशी तरी ती उठली आणि मोरीपर्यंत जायच्या आतच तिला गरगरायला लागलं. भिंतीचा आधार घेत घेत ती परत पलंगावर येऊन पडली.

'दिवस राहिल्याची' कल्पना तिला नंतर आलीच. मूल? – तिसरं मूल? आणि ह्या अशा अवस्थेत! काय अर्थ आहे? नवराबायकोत ओढ राहिलेली नाही. एकमेकांवर विश्वास राहिलेला नाही, संसारावर श्रद्धा उरलेली नाही – केवळ व्यवहार, सवयीनं एकत्र आल्यानं झालेला प्रमाद! प्रमादच म्हणायला हवा. ज्या मीलनात आनंद नव्हता, कैफ नव्हता, धुंदी नव्हती – असलं नीरस मीलन. ते कसलं मीलन? तो व्यवहारच. तेजस्विनीच्या डोक्यात काहूर माजले. नको, नको, मूल नको. वर्षं – दोन वर्षं – कात्रीत अडकल्यासारखं जीवन! परावलंबीच. खूप दिवसांनी ती विजयजवळ बोलायला गेली.

''मला तुमच्याशी महत्त्वाचं बोलायचं आहे.''

''या या, आनंद आहे.'' विजय स्वागत करीत म्हणाला.

तेजस्विनी त्याच्या शेजारी बसली. बराच वेळ सुरुवात कशी करावी ह्याचा विचार ती करत होती. काही वेळ वाट पाहून विजय म्हणाला,

"वाटाघाटींना सुरुवात करायला हरकत नाही."

"विजय, ही थट्टेची वेळ नाही. मी अगदी सिरीयसली बोलते आहे."

"मग मी कधी थट्टा म्हणालो? दोन पक्षात वाटाघाटी होतात त्या गंभीरच असतात."

"म्हणजे आपले दोन निरनिराळे पक्ष झाले का?" तेजस्विनीनं विचारलं. विजय थोडा आवाज चढवून म्हणाला,

"हे बघ. शब्दच्छल नको. काम बोल आधी."

तेजस्विनी उठून जाऊ लागताच विजयनं तिचा हात धरला. तो सोडवून घेत तेजस्विनीनं म्हटलं,

"तुम्हाला चिडायचं असेल तर मला काहीच सांगावसं वाटणार नाही."

"बरं बस. नाही चिडणार आता."

तेजस्विनी बसली. विजयकडे पाहात ती म्हणाली,

"मला पुन्हा दिवस गेलेत. घोटाळा झालाय."

विजय प्रथम लगेच काही बोलला नाही. नंतर म्हणाला, "गुड न्यूज."

"गुड न्यूज काय म्हणता?"

"मग काय म्हणू?"

"काही म्हणूच नका. मी म्हणते ते ऐका."

"बोला."

"मला मूल नकोय. काहीतरी उपाय करायला हवा."

"नाऊ इट् इज लेट."

"असं म्हणू नका. कोणताही उपाय करता येईल."

"पण तुला मूल का नको?"

"ह्या अशा परिस्थितीत तुम्हाला मूल हवंय?"

"काय झालंय आपल्या परिस्थितीला?" – विजयनं शांतपणे विचारलं. त्याचं हे विपरीत विचारणं ऐकून तेजस्विनी भयंकर चिडली, वैतागली. विजयच्या त्या वृत्तीला काय म्हणावं हेच तिला कळेनासं झालं. मग तिला वाटलं, आपल्या व्यथा ऐकवण्याच्या पलीकडे गेलाय हा – काय जो उपाय योजायचा असेल तो आपला आपण योजावा. स्वतंत्रपणे. स्वत:चं व्यक्तिमत्व गमावलेल्या माणसापुढं वाकायला नको. तो अप्रिय विषय संपवायचा म्हणून तिनं विचारलं,

"तुमचं हे निश्चित मत समजायचं?"

''शंभर टक्के.''

तेजस्विनीच्या दृष्टीनं तो विषय आता तिथंच संपला होता. आता तिची ती निर्णय घ्यायला मोकळी होती. काय करायचं ह्याबाबतची योजना तयार होती. खूप दिवसांपूर्वी तिच्या एका मैत्रिणीनं त्या मार्गानं ह्यातून सुटका करून घेतली होती. त्या उपायात आता तसा धोका राहिला नव्हता. प्रश्न होता फक्त पैशांचा! दोनशे-अडीचशे रुपयांची गरज होतीच. त्यावरही उपाय सापडला आणि मग तेजस्विनीची धावपळ सुरू झाली. त्याच मैत्रिणीतर्फे तिनं डॉक्टरांना गाठलं. डॉक्टरांनी आश्वासन दिलं. व्यावहारिक बोलणी पक्की झाली. दिवस नक्की झाला. विजयचा प्रश्न नव्हताच. मुलांना सरोजचा ओढा होताच. तेजस्विनीनं मुलांना आपण होऊन सरोजकडे पाठवून दिलं. विजयला काहीतरी काम सांगून तेजस्विनी घरातून बाहेर पडली.

माणूस आपल्या शक्तीनुसार, बुद्धीनुसार निर्णय घेतो. त्याचप्रमाणे हालचाल करतो. नियती निराळाच डाव मांडून बसते. नियतीनं ठरवलेला शेवट, नियतीनं मांडलेलं उत्तर स्वीकारावं लागतं. माणसाची वाटचाल त्याला नकळत त्याच उत्तराकडे होत असते.

तेजस्विनीचं तेच झालं.

त्या किरकोळ शस्त्रक्रियेचं केवळ निमित्त झालं. त्यानंतर केवळ दोनच तासांनी जो रक्तस्राव सुरू झाला तो काही केल्या थांबेना.

मग एकच धावपळ चालू झाली. उशापायथ्याशी डॉक्टर्स उभे राहिले. सलाईनच्या बाटल्या आल्या. सरोज दोन्ही मुलांना सांभाळीत बाहेर उभी होती. विजयच्या आतबाहेर खेपा चालू होत्या. नर्सेसच्या संथ, थरकाप उडवणाऱ्या हालचाली सुरू होत्या. त्या डॉक्टरांच्या कानाशी लागत होत्या.

काय होणार? काय होणार! विजयच्या डोक्यात घण पडत होते. त्याला जाग आली होती. पण फार उशिरा. त्याची जीवनसाथी शेवटची निद्रा घेण्याच्या अवस्थेला पोहोचल्यावर तो जागा झाला होता. दोन्ही मुलं कावरीबावरी होऊन विजयकडे पाहत होती; आणि तेवढ्यात नर्सने विजयला आत बोलावलं.

''माझ्या राजा, काय केलंस हे?''

तेजस्विनीच्या डोळ्यांतून पाणी ओघळलं. विजयनं ते ओठांनी टिपलं. तेजस्विनीच्या निस्तेज चेहऱ्यावर समाधानाचं हसू उमटलं. क्षीण आवाजात ती म्हणाली, ''विजय, मला खरोखरच मूल नको होतं. तुम्ही... तुम्ही... काही हालचाल केली नाहीत. मी... मी... दागिने विकले आणि...! पण विजय, विजय, मला मरायचं नव्हतं हो. मला तुमच्या...बद्दल...आशा आहे. अजून आहे. कारण... कारण... विजय, हे संबंध कायम टिकत नाहीत. नवरा नेहमी

बायकोचाच असतो...''

"तेजस्विनी, मी तुझा आहे. तू जगणार आहेस. तू माझी आहेस. पण तू असं का केलंस?''

"विजय... तुला ऐषारामाची चटक लागली. तू... तू... रागावू नकोस. मी चालले आता – पण – आता सांगते... आपलं मीलन – तू स्वत्व विसरलास तेव्हा झालं. मला असं मूल नको होतं. तेही तसंच निपजेल अशी मला भीती वाटली... म्हणून... म्हणून... पण विजय, मला मरायचं नव्हतं रे. पण हे भलतंच झालं!... आता त्याला इलाज नाही. ह्या अशा संबंधात कुणाला तरी एकीला जावंच लागतं. पण विजय, तुम्ही परत पूर्वीसारखे व्हा. माझ्या बलिदानानं तुम्हाला परत कर्तृत्व लाभू दे... तुमचा विश्वास, आत्मविश्वास परत येऊ...''

■

बॉडीगार्ड

कथा नेहमीचीच! मनुष्यस्वभावास अनुसरून बाब नेहमीचीच! तुम्ही म्हणाल ह्यात निराळं काय सांगितलंत? हे तर आम्ही नेहमीच पाहतो. हे तर आम्ही नेहमीच करतो.

खरं आहे.

तुम्ही हे पाहता आणि केव्हा केव्हा स्वत:ही तसे वागता! ह्या दोन्ही गोष्टी खऱ्या आहेत. आता मी असं म्हणतो, आम्ही लेखक तरी निराळं काय लिहितो की काय? बिलकुल झूट! तुमचं पाहतो आणि आम्ही लिहितो.

काहीतरी करून दाखवणारे तुम्ही आणि त्यावरून लिहिणारे आम्ही! आमचं लिखाण तुम्हाला पटतं ह्याचा अर्थ काय? तर ते तुमचंच असतं म्हणून!

दमयंती रणदिवेची कथादेखील तुम्हाला पटणार आहे. सही न् सही, त्यातील वाक्य न् वाक्य तुम्हाला खरं वाटणार आहे – ह्याचं कारण ती कथा फक्त दमयंती रणदिवे हिची नाही. तिच्या आजुबाजूला बसणारे तुम्ही सगळे, तुमची पण ती कथा आहे – 'आमच्यावर' लिहितात, असं आता ओरडू नका. तसं ओरडण्यात काही अर्थ नाही. कुणीतरी उपद्व्याप करायचे; मग ते मारामारीचे असोत, भाऊबंदकीचे असोत किंवा प्रेमाचे असोत, पण आधी कुणीतरी असले उपद्व्याप करायचे आणि मग कुणीतरी त्यावर 'बॅरीकशी' कथा लिहून पंधरा-वीस रुपये *(संपादकाने टांग मारली नाही तर)* मिळवायचे आणि परत तुमच्याकडूनच 'परवाची कथा एकदम पटली बुवा' असला शेरा मिळवायचा; हे पूर्वापार आहे. पूर्वी तर लेखक आधी कथा लिहायचा आणि पात्रं त्याप्रमाणे वागायची! 'रामायण' ह्याहून निराळं काय होतं? पण गेले ते दिवस! आता तुम्ही वेडेवाकडे वागता, आणि त्यावर आम्ही काही लिहिलं तर वर आमच्यावर रागावता! काळ तर मोठा कठीण आला.

झालाय की नाही सांगा? दमयंती रणदिवेचं बसचं तिकीट त्या अप्पू दिवाणनं गुपचूप काढलं आणि तरीसुद्धा त्या तिकिटाचा स्वीकार न करता दमयंतीनं आपलं स्वतंत्र तिकीट काढलं हे मी सांगितलं तर अप्पू दिवाण 'दिवाणा' होईल.

पण तरी हे सांगावं लागलं! जे ह्या प्रांतात नवखे आहेत त्यांना मार्गदर्शन करावं लागतं.

'पुढच्यास ठेच मागचा शहाणा' असं म्हणतात, पण ह्या विषयात बसलेल्या 'ठेचा' पुढचा माणूस मागच्याला सांगत नाही. म्हणून ते काम आम्ही करतो.

दमयंती रणदिवेची कथा लिहायची ती ह्यासाठी! एका सुप्रभाती म्हणजेच साडेदहा वाजता तिचं आगमन ऑफिसात झालं. कोपऱ्यातल्या खुर्चीवर ती बसलेली असताना अनेकांना वाटलं, आली असेल कुणाला तरी भेटायला. पण जेव्हा हेडक्लार्कनी चिमूटभर तपकिरीचा बार भरत शिपायातर्फे त्या मुलीला बोलावणं पाठवलं तेव्हा सगळ्यांनी एकमेकांना विचारलं, 'new?' 'new?'

– आणि मग दिलासा देणारी बातमी पहिल्यांदा शिपायाकडून सगळ्यांना समजली, 'होय, आजपासून!'

आणि पाठोपाठ लगेच दुसरी विवंचना प्रत्येकाच्या मस्तकात सुरू झाली, 'ही दमयंती कोणत्या डिपार्टमेंटला आणि त्याहीपेक्षा कुणाच्या हाताखाली येणार?'

दमयंती एकच होती, पण 'नळाची' भूमिका चोखपणे पार पाडायला अनेक तयार होते; आणि तेवढ्यात हातात ऑर्डर घेऊन दमयंती रणदिवे आली ती देशपांड्याकडे! इतर कारकुनांनी देशपांड्याच्या नावावर आपला एकेक कप चहा मांडून ठेवला. देशपांड्याच्या संमतीचा इथं सवालच नव्हता.

'तप' न करता 'हे फल' आपल्या वाटणीला येणार ह्याची देशपांड्यांना सुतराम कल्पना नव्हती. देशपांड्यांनीही इतरांच्या नजरा पाहून बळी देण्यासाठी एक रुपयाची तरतूद करून ठेवली. खिशातून तो रुपया टेबलाच्या खणात तयार ठेवण्यासाठी त्यांनी खिशात हात घातला आणि त्याच वेळी स्वतःच्या पँटकडे लक्ष जाऊन त्यांनी मनातल्या मनात स्वतःचा धिक्कार केला. लाँड्रीतून आलेले कडक इस्त्रीचे कपडे घालून येण्याचा त्यांचा विचार होता, पण कसा कुणास ठाऊक त्यांनी तो बेत एकाएकी बदलला आणि साधी पँट घालून ते ऑफिसात आले. दिवसभर ही नळकांडे झालेली पँट दमयंती रणदिवेच्या नजरेला येत राहाणार, या विचारांनी देशपांडे अस्वस्थ झाले. ही चुटपुट एवढ्यावरच थांबणार नव्हती. दुसऱ्या दिवशी 'स्पेशल'चे कपडे वापरण्याचीही

सोय नव्हती. लगेच आजुबाजूच्या लोकांची आपसात नेत्रपल्लवी होऊन दुसरा हल्ला परतवण्यासाठी आणखीन एक नोट अशीच बाजूला ठेवावी लागली असती!

देशपांडे ह्या विचारांनी जास्तच वैतागले. आता वास्तविक ह्या खात्यातले सर्वच लोक सुधारणार होते. देशपांड्यांना ती चोरी वाटत होती. ह्याचं कारण 'चार मिळणारे' परतवण्याचे कसब त्यांच्या अंगी नव्हते.

दमयंती रणदिवेच्या आगमनाने अनेक सुधारणा झाल्या. टाचेपर्यंत लोंबणारा पायजमा, तीन गुंड्यांपैकी एकच गुंडी शाबूत असलेला नेहरू शर्ट घालून येणारे जोशी, आता 'पँट-मॅनिलात' येऊ लागले. श्री. देशपांड्यांनाही तपकिरीच्या पत्र्याच्या डबीची लाज वाटून, स्टेनलेसची वाटोळी डबी बहाल करून त्यांनी तपकिरीला प्रमोशन दिलं. साहजिकच ती डबी आता खिशात न राहता सतत टेबलावर मिरवू लागली. ऑफिसच्या कामातही प्रत्येकजण चोख राहू लागला. हो, एवढ्या अप्सरेसारख्या मुलीसमोर 'फायरिंग' कोण घेतो? आणि ह्याउलट, अप्सरेसारख्या मुलीसमोर कुणालाही 'फायरिंग' देता येत नाही म्हणून हेडक्लार्क मनातल्या मनात चरफडू लागले. एकाची सोय तीच दुसऱ्याची गैरसोय म्हणतात ती अशी!– प्रत्येकाचा स्वत:च्या जागेपाशी येऊन बसण्याचा 'रूट' बदलला. नेहमीचा रस्ता दुरुस्तीसाठी बंद असला म्हणजे बस जशी वेडीवाकडी वळणे घेत गल्ल्यागल्ल्यांतून मुक्कामाला पोहोचते, त्याप्रमाणे प्रत्येक कारकून 'व्हाया' दमयंतीचं टेबल – मुक्कामाला जाऊ लागला. त्यानंतरची पायरी म्हणजे पहिल्यांदा कोण तिच्याशी बोलतो. ऑफिसच्या कामानिमित्ताने उघड उघड बोलण्याची संधी तिघांनाच होती. देशपांडे, सावंत आणि मिठीबोरवाला – पारशी! त्यांपैकी सावंताची आज दांडी होती, देशपांड्यांची दाढ सुजली होती म्हणून ते कोणाशीच बोलू शकत नव्हते; आणि मिठीबोरवाल्याला त्याच्या एवढ्या मैत्रिणी होत्या की, त्याला हिच्यात इंटरेस्ट नव्हतं. गव्हाणीतल्या कुत्र्यासारखी त्याची अवस्था होती.

दमयंती रणदिवेच्या आगमनानं त्या खात्यामध्ये एवढी 'हलचल' माजण्याचं कारण इतकंच की, सगळे ब्रह्मचारी होते. त्यात दमयंती रणदिवे सुंदर होती म्हणूनच प्रत्येकाला वाटत होतं की, आपण सोडून तिला कोणीही 'फिट्ट' नाही. ह्या सर्वांची ती वहिनी! आणि आपण प्रॉपर मॅच!

आज ऑफिसातले सगळे तास तरंगत तरंगत पार पडले. असं काहीतरी रंगत असल्याशिवाय माणूस तरंगत जात नाही. वेळ तरंगत गेला होता; पण आता ऑफिस सुटल्यावर काही तरंगत जाता येणार नव्हतं. आता एक विवंचना प्रत्येकाला लागली. दमयंती रणदिवे सेंट्रल की वेस्टर्न की बसवाली

गिरगावकर –? पण त्या दिवशी जागरूक राहूनही ह्या प्रश्नाचा पत्ता लागला नाही. सेंट्रलवाल्यांनी वेस्टर्नवाल्यांचा हेवा केला आणि वेस्टर्नवाल्यांनी सेंट्रलवाल्यांचा हेवा केला, तर बसच्या रांगेत उभं राहून ताटकळलेल्या लोकांनी दोन्ही रेल्वेचा उद्धार केला.

दुसऱ्या दिवशी ऑफिसला येईतो प्रत्येकजण ह्या प्रश्नावर विचार करून स्वतंत्रपणे शिणला. असले प्रश्न जरी जागतिक असले तरी त्यावरची उघड चर्चा स्पृहणीय कधीच ठरत नाही. सगळेच दादाभाई नवरोजी होते म्हणून मामला बिकट होता. 'दादा', 'भाई' म्हणवता म्हणवता एखाद्या दिवशी 'नवरोजी' होण्याचे प्रत्येकाचे स्वप्न होते.

पण ह्या सर्वांना पडलेल्या प्रश्नाचं उत्तर सावंतने सोडवलं. आदल्या दिवशी संध्याकाळी व आताही दमयंतीला त्याने टॅक्सीतून येताना पाहिलं.

पण तमाम 'स्टाफला' धक्का बसला तो ह्याचा नाही. दमयंतीबरोबर कोणतरी एक होता. तोच सर्वांना 'कपाळशूळ' ठरणारसे दिसू लागलं. सावंत पुढे म्हणाला,

"साधासुधा नाही तर चांगला धिप्पाड पहिलवान गडी आहे. अरे लेको, BMR मध्ये बसला होता तर डोकं टॅक्सीच्या टपाला चिकटत होतं. बसल्यावर ही 'हाईट', उभा राहिल्यावर तर विचारूच नकोस."

इथं प्रत्येकजण गप्पच बसला. दमयंती रणदिवेचा तो जो कोण ठरलेला होता तो पहिलवान म्हटल्यावर कोण काय बोलणार? शीर सलामत तो पोरी पचास!– तरीदेखील प्रधान आशेनं म्हणाला, "अरे, पण कशावरून भाऊ वगैरे नसेल?"

"हॅ हॅ, म्हणे भाऊ? – असा कुणाचा भाऊ रोज न्यायला-आणायला बसलाय?"

"जाऊ द्या हो प्रधान, भलतीसलती आशा धरण्यात काय अर्थ आहे?"

आशा धरण्यात अर्थ नाही असं म्हणत म्हणत अभावितपणे त्या दिवशी हॉटेलात जमले. पूर्वीच्या काळी दरबारात वगैरे चांगली बातमी आणणाऱ्या दूतांना राजेमहाराजे खास गळ्यातले कंठे वगैरे काढून देत असत; पण आता इथं त्या कोण्या पहिलवानानं सगळ्यांना हवासा वाटणारा 'ताईत' नेल्यावर; ती बातमी आणणाऱ्या सावंतांना पिटून काढावं, असं प्रत्येकाला वाटलं. सावंताची बातमी खोटी तर नाहीना असा विचार त्या चौकडीच्या मनात येतो न येतो तोच दमयंती रणदिवे आणि मागून 'नळराजे' येताना त्या चौकडीनं पाहिले.

"शेवटी नळराजे ते हे तर!"

"अरे, हा कसला नळ? हा तर दांडगा तानसा वैतरणा ९६ इंची 'नळा' म्हणायला हवा."

– सगळे खदखदून हसले; आणि त्याच वेळेला त्या सव्वासहा फूट उंच आणि एकशेबासष्ठ रत्तल वजनाच्या गृहस्थांनी ह्या चौकडीला आपादमस्तक न्याहाळून घेतले. आपल्या चौघांनाही एकाच वेळेला कडेवरून ऑफिसात नेण्याची ताकद ह्या नळराजांकडे आहे ह्या जाणिवेनं चौघं गप्प बसले. एवढेच नाही – तर काहीतरी खाण्याचा विचारही रद्द करून – तीन कप चहा चौघात पिऊन त्यांनी काढता पाय घेतला.

त्यानंतर दमयंती रणदिवे ह्या नावातलं वैशिष्ट्य, जादू, खुमारी, एकाएकी लुप्त झाली. गाडीत बसायला मस्तपैकी जागा मिळवावी आणि रेल्वेनं एकाएकी मिलिटरीसाठी डबा रिकामा करण्याचा हुकूम द्यावा तसा काहीसा प्रकार होता. सर्व इलाजच खुंटतात. मग दमयंती रणदिवे ही व्यक्ती स्वतःला कशी योग्य नव्हती ह्याची मीमांसा सुरू झाली. मग सरळ नाकाची आवड असलेल्यांना 'नकटी' नाके आवडू लागली. सडसडीत बांध्यावर लट्टू होणारे, ठेंगण्या बांध्याची वैशिष्ट्ये सांगू लागले. गोऱ्या कातडीसाठी जीव टाकणारे, 'सावळाच रंग तुझा'– ह्याचे गोडवे गाऊ लागले. अप्सरा ठरलेली दमयंती – तिचा 'शेअर' कुणाच्या वाटणीला येईना – तसा तिचा बाजारभाव गडगडू लागला! ह्याउलट सौंदर्याची मीमांसा करणं ज्यांना कधी जमलं नाही ते नुसतंच म्हणत राहिले, 'अहो, सौंदर्य ते काय करायचंय? घरकामाचं काय? – घरात चोख हवी बाई.'

अशाच पार्श्वभूमीवर दमयंती रणदिवेची लग्नपत्रिका आणि राजीनामा ह्या दोन्ही गोष्टी एकदम ऑफिसभर झाल्या.

त्यानंतर महिनाभरानं त्या चौकडीतील श्रीयुत प्रधान, नित्यकर्मानुसार बसच्या रांगेत उभे होते. बस नेहमीप्रमाणं अर्धा-पाऊण-एक माणूस घेऊन जात होती. रांग मुंगीच्या गतीनं होत होती.

आणि तेवढ्यात दमयंती रणदिवेचा पहिलवान नवरा प्रधानांना दिसला. ते चमकले. कारण तो पहिलवान तिथंच येऊन उभा राहिला आणि तोही प्रधानांकडे पाहत राहिला. जरा वेळानं तोच म्हणाला –

"तुम्हाला कुठं तरी पाहिल्यासारखं वाटतंय." तो स्वतःचा गौरव समजून प्रधान म्हणाले,

"मिस दमयंती रणदिवेच्या ऑफिसातला मी."

तो पहिलवान तरी पाहतच होता. प्रधान परत म्हणाले,

"रणदिवे, हो? म्हणजे आपल्याच सौभाग्यवती आता..."

"अं? काय म्हणालात?"

"म्हणजे?"

"म्हणजे काही नाही." पहिलवानाचं उत्तर संपायच्या आतच तिकडून टॅक्सी आली. त्यातल्या बाईनं पहिलवानाला हात केला.

"आलोच," असं म्हणत पहिलवानानं प्रधानांच्या खांद्यावर आपला बळकट पंजा ठेवीत म्हटलं,

"दोस्त, रणदिवेचं लग्न माझ्या मित्राशीच ठरलं होतं. दोन महिन्यांसाठी तो फॉरिनला गेला होता, तेवढ्या अवधीत गंमत म्हणून दमयंतीला नोकरीची चव घ्यायची होती. पण ऑफिसात तुमच्यासारखे वासदेवराव..."

"माझं नाव वासुदेव नाही..." प्रधान त्याच्या हातून खांदा केव्हा सुटेल ह्याची काळजी करीत पुटपुटले.

"वासदेवराव म्हणजे 'वास' घेत फिरणारे. समजलं? – आमचा दोस्त अशा लोकांना 'दादाभाई नवरोजी' म्हणतो. तर सांगायचा मुद्दा एवढाच की, अशा लोकांचा त्रास होईल ही भीती होती. म्हणून मी 'बॉडीगार्डचं' काम केलं. बाकी तुम्हाला माहीतच आहे."

एवढं सांगून तो सव्वासहा फूट उंचीचा, एकशेबासष्ट रत्तल वजनाचा दमयंती रणदिवेचा कोणीही नसलेला तो, टॅक्सीतून निघून गेला; आणि खांद्याजवळचा तो उखळीचा का कसला तो सांधा शाबूत आहे की नाही – हे प्रधान चाचपून पाहात राहिले.

■

उलगडा

माझ्या हातात तिकीट आणि उरलेले पैसे देत मोहनराव म्हणाले,
'संध्याकाळी वाट पाहातोय. नानांना पत्रिका आवडल्या का, म्हणून
विचारल्याचं सांग.'

– मी मानेनंच होकार दिला; आणि त्याच वेळेला माझं लक्ष हातातल्या
तिकिटाकडे गेलं.

''हे काय? फर्स्ट क्लासचं तिकीट काढलंत! कशाला उगीच...''

''तू आता माझी बायको होणार. तू आता फर्स्टनंच प्रवास करायचास.''
मी ह्यावर काही बोलले नाही. जरा वेळानं ते म्हणाले,

''बरंय, मी निघतो आता. मीटिंग आहे एवढ्यात.''

त्यांचा निरोप घेऊन मी फर्स्टच्या डब्यात येऊन बसले. मला सुखावून
जायला काहीच हरकत नव्हती. पण का कुणास ठाऊक, मन भारावून जायला
तयारच नव्हतं. मोहनरावांचं घर – छे छे, घर कसं म्हणायचं? राजवाडाच
म्हणायला हवा! खाली दोन मोटारी, दरवाजाशी जाता-येता सलाम ठोकायला
गुरखा, ऑटोमॅटिक लिफ्ट, आरोह-अवरोहात वाजणारी कॉलबेल, दरवाजा
उघडला जाताच येणारा सुगंध, आत प्रवेश करताच समोरच्या भव्य आरशात
दिसणारं स्वत:चंच प्रतिबिंब, जाड जाड गालिचे, भिंतीला आकर्षक रंग, चारही
भिंतींना निरनिराळ्या रंगांचे दिवे, फर्निचर, रेडिओग्रॅम आणि स्वत: मोहनरावांची
एअर कंडिशण्ड खोली! त्या दिवशी हे एवढं सगळं पाहिलं. पण मन –
त्याची अवस्था कशी झाली आहे हे ठरविताच येईना.

– आमच्या नानांच्या घरी, म्हणजेच माझ्या घरी – दारिद्र्य नव्हतंच
नव्हतं; पण श्रीमंतीही म्हणता यावी अशी नव्हती. खाऊनपिऊन सुखी, कुणाचं
देणं नाही, पण बँकेत खातंही मोठं नाही; टुकटुकीत संसार होता आमचा.
नानांची शिकवण जाता-येता एकच; आणि ती म्हणजे संस्कृतीची! वाणीनं

मिठ्ठास, कुणाला दुखवायचं नाही. मोहाचा स्पर्श कधीच न झालेला, पण संयमाचे फाजील गोडवे न गाणारा असा काहीतरी वैशिष्ट्य दाखवणारा आमच्या नानांचा स्वभाव! त्यांच्या ह्या स्वभावानुसार त्यांनी आम्हाला वेळोवेळी दिलेली ही शिकवण!

पण काय असेल ते असो, मोहनरावांचं सगळं ऐश्वर्य पाहून त्यांची चांगलीच चलबिचल झालेली दिसत होती. मोहनरावांनी नानांना नेण्यासाठी मोटार पाठवली, तेव्हा त्यांना काहीतरी निराळं वाटलं होतं; आणि परतल्यावर तर घरात ते जणू चालत नव्हते; हवेवर तरंगत होते. एखाद्या लहान मुलासारखी त्यांनी मला मिठी मारली आणि भरून आलेल्या आवाजात ते एवढंच म्हणाले,

"पोरी, पोरी मला तू निष्काळजी केलंस."

आणि मग जे मोहनरावांच्या घराचं, माणसांचं, ऐश्वर्याचं कौतुक सुरू झालं, विचारू नका. शेवटी मी त्यांना विचारलं,

"नाना, तुम्ही एवढे कसे बदललात हो?"

"मला काय वाटतंय, ते शब्दात नाही सांगता यायचं बाळ."

बस्स. ह्यापेक्षा नाना जास्त काहीही बोलले नाहीत; पण रात्री आईजवळ बोलत होते, 'सबंध आयुष्य ह्या पोरीला मी संयमाचे डोस पाजत घालवलं. आपल्यासारख्या जेमतेम व्यवस्थित संसार चालवणाऱ्या माणसांना असं काहीतरी गोंडस नाव असलेलं प्रतिक जवळ बाळगावंच लागतं. पोरगी पण समजूतदार निघाली. तिच्या ह्या समजूतदार वृत्तीचं नेहमी कौतुक वाटत आलंय. आता लग्नानंतर मात्र सुखसौख्य दाराशी हात जोडून उभी राहातील. माझ्या मनावरचं दडपण किती दूर झालंय ह्याची कल्पना नाही तुला!'

एकंदरीत मोहनरावांनी आणि त्यांच्या वैभवानं नानांना अस्मान ठेंगणं वाटलं होतं. माझ्यामागे लागून लागून, मला आग्रह करून नानांनी मोहनरावांचं घर पाहायला लावलं होतं. नाना आमचे कट्टर सनातनी नव्हते, पण एवढे पुढारलेलेही नसावेत, असा माझा कयास होता; पण त्या दिवशी मला त्यांच्याबद्दलचा माझा अंदाज चुकलेला कळून आला. बाहेरून आल्याबरोबर त्यांनी मला हाक मारली. मी त्यांच्यासमोर जाऊन उभी राहिले.

माझ्याकडे पाहात मिष्कीलपणे हसत नाना म्हणाले,

"नंदा, आता मला कोण भेटलं असेल, अशी तुझी कल्पना आहे?"

मला लगेच समजलं. पण मी मुद्दाम तशीच उभी राहिले.

"अग, पाहातेस काय अशी! जावई भेटले होते."

मी जाऊ लागले, तशी मला अडवून नाना पुढं म्हणाले, "अग, जरा

थांबशील तरी; विचार तरी, मला काय म्हणत होते ते!''

तरी मी गप्पच राहिले.

''तुला घरी बोलावलं आहे.''

''मी नाही जा...''

''मी नाही जा काय! मी तर त्यांना कबूलही करून टाकलं. तुला उद्या संध्याकाळी त्यांच्या घरी जायचंय.''

नानांनी माझ्याकडून होकार मिळवला आणि मगच मला जाऊ दिलं.

जावं की न जावं ह्या विचारात दुसरा निम्माअधिक दिवस गेला. माझी काही तयारी न दिसल्यानं आईनं विचारलं,

''हे काय ग! साडेचार होत आले, तुझी काही तयारी कशी नाही?''

''मला नाही आधी जावंसं वाटत.'' मी सांगून टाकलं.

''छान. औरच आहेस! मला वाटलं होतं, तुलाच घाई होईल जाण्याची. इथं उलटंच झालंय. तू कधीनवत शांत आहेस आणि स्वतःचं लग्न जमल्याप्रमाणे हेच नाचताहेत. ते काही नाही. पाहून ये एकदा तुझं होणारं घर. नजरेखालून घालून ठेव एकदा. बरं दिसणार नाही म्हणून, नाहीतर ह्यांनी सगळं वर्णन केल्यापासून मलाही घर पाहाण्याची कोण उत्कंठा लागलीय! उठ पाहू. चल आवर भराभर!''

– तरीदेखील मी उठणार नव्हते, पण तेवढ्यात बाहेर मोटारचा हॉर्न ऐकायला आला. पाठोपाठ शोफर घरात आला. बाहेरच उभं राहून त्यानं दारावर आवाज केला. आई पुढे झाली. शोफर नम्रपणे म्हणाला,

''बाईंना न्यायला आलोय.''

आई म्हणाली, ''थांबा जरा, ही येतेच आहे एवढ्यात.''

– एवढं झाल्यावर आता जायला हवं होतं.

ठेवणीतली साडी नेसून मी गाडीतून गेले.

हे माझी वाट पाहतच होते. स्वागत त्यांनीच केलं. नंतर रीतसर सासू-सासऱ्यांना नमस्कार करून झाला. स्वतंत्र बंगला असल्याने लगेच असं काही घडतं तेव्हा चाळीतले लोक ह्या ना त्या निमित्तानं डोकावून जातात, तसा प्रकार इथं घडण्याचा संभव नव्हता. इकडचे तिकडचे काही प्रश्न विचारल्यावर माझी सुटका झाली.

मग मला 'हे' बंगला दाखवायला लागले.

मी ते सर्व वैभव पाहत होते खरी, पण मन एकदाही उचंबळून आलं नाही; एकदाही सुखावलं नाही; मग मी दिपून जाण्याची गोष्ट तर दूरच होती. ह्या सर्व वैभवाची मी थोड्याच काळात मालकीण होणार आहे ह्याची खात्री

होती, तरी मन बेभान व्हायला तयार नव्हतं. पूर्वायुष्यात ज्या अनेक गोष्टी घडल्या, ज्या काही पवित्र, उदात्त स्मृतींची नोंद जवळ झालेली होती; त्यांच्या जवळपासदेखील, तो बंगला, ते वैभव पाहताना भावना जाऊन पोहचू शकत नव्हती.

चेहरा दिसेल अशी पॉलिशची कपाटं, शो-केसमधल्या वस्तू, त्या वस्तूतला एक कोपरा असा नव्हता – जिथं वैभवाचा साक्षात्कार होत नव्हता; जिथं सौंदर्य नाही, असा एकही भाग दाखवता येत नव्हता.

ह्या अशा आगळ्या सौंदर्यात काही दिवसांनी एक सजीव सौंदर्य ...हो, नाहीतर ह्यांच्यासारख्या बड्यांनी भाळावं, मोहरून जावं – असं माझ्याजवळ दुसरं काय होतं?

माझ्या सौंदर्याच्या गुणावर हा व्यवहार...

व्यवहार?

लग्नाचा व्यवहार?

माझ्या विचारांच्या तंद्रीत मी कशाला तरी अडखळले.

"ही काही 'मयसभा' नाही." मोहनराव हसत म्हणाले. ते अगदी सहज म्हणाले, पण माझी ती बावरलेली वृत्ती पाहून त्यांना मजा वाटत होती. थोडा अहंकारदेखील.

मी काही बोलले नाही, तेच पुढं म्हणाले,

"हा सगळा थाटमाट, हे वैभव, तुमच्या सहचराचं; नव्हे, चुकलंच, आता तुमचंच होणार. होय ना?"

मी प्रथमच त्यांच्याकडे पाहिलं. त्यांच्या नजरेत मला असंख्य भाव दिसले.

"आम्हाला हवी ती वस्तू मनात आलं की इथं येऊ शकते," असंच काहीतरी ते सुचवत होते. कारण माझ्याशी बोलता बोलता त्यांनी त्या सगळ्या खोलीकडे अशा काही नजरेनं पाहिलं, की...!

जणू ते सर्व वैभव त्यांनी आता मला दाखविलं होतं आणि त्यांच्या सामर्थ्याची मला कल्पना दिली होती. स्वतःच्या कर्तृत्वाचा मेरू दाखवला होता. श्रीमंती, ऐपत, पैसा ह्यांचं विराट स्वरूप त्यांनी मला दाखवण्याची – छे छे, मला भांबावून टाकून, मला शरणागती पत्करायला लावून ते माझा स्वीकार करणार होते.

शो-केसमध्ये आणखीन एका बाहुलीची साग्र प्रतिष्ठापना व्हायची होती. हे सर्व एवढ्यावर थांबलं नाही.

आम्ही मोटारीतून गेलो ते सराफाकडे!

मला खरं म्हणजे जायला आवडलं असतं ते समुद्रावर! जिथं फक्त

अमर्याद किनारा, अफाट जलसंचय आणि तेवढंच विराट, उदात्त आकाश दिसलं असतं, अशा ठिकाणी!

पण नाही. त्यावर ह्यांचं समाधान होणार नव्हतं. मला त्यांना आणखीन सजवून पाहायचं होतं. त्यात असा आविर्भाव होता, की माझ्या आईवडिलांनाही माझं सौंदर्य काय आहे, हे समजलं नव्हतं. माझ्या सौंदर्याची किंमत करण्याची ताकदच कुणात नव्हती जणू!– ती होती फक्त ह्यांच्याजवळ! ती दाखवण्याचा मार्ग होता एकच. वैभव!

सराफाच्या दुकानात नाना तऱ्हेचे दागिने घालून पाहाण्यात आले आणि शेवटी एकवीसशे रुपयांचा तन्मणी निवडण्यात आला आणि मग बराच वेळ ह्यांचं आणि दुकानदाराचं हलक्या आवाजात बोलणं झालं. मला फक्त एवढंच ऐकू आलं,

'सांगतो सांगतो, फोनवरून बोलू एक सौदा जमतोय नवीन. बाब जरा नाजूक आहे; पण शेवटी आपलीच 'वर' आहे.'

एकमेकांनी एकमेकांना टाळ्या दिल्या. ह्यांनी मला तन्मणी काढायला सांगितला. त्यावर सराफ म्हणाले,

"छे छे, राव तुमचा व्यवहार होईल तेव्हा होईल. पण अंगाला लावलेला डाग असा उतरवायचा नाही. तो आता झाला तुमचा."

"अहो, पण..."

"छे छे. बोलूच नका अगदी; आणि समजा, तुमचा तो एक व्यवहार फसला; पण म्हणून काय, तेवढ्याच एका व्यवहारावर तुमचं थोडंच अवलंबून आहे?"

मोहनराव म्हणाले, "नाही, तसं काही नाही, व्यवहारदेखील बहुतेक जमल्यासारखाच आहे. एवढे कमी पडताहेत." हाताची पाच बोटं दाखवीत मोहन म्हणाले.

मी ते सर्व ऐकत होते. बोध मात्र होत नव्हता.

मला घरी सोडून मोटार निघून जाताच सगळ्यांचा माझ्याभोवती गराडा पडला. शेजारी-पाजारी झाडून सगळे! असंख्य प्रश्नांची बरसात झाली. हरतऱ्हेची चेष्टामस्करी झाली. वैभवाचं वर्णन माझ्या तोंडून वदवून घेण्यात आलं.

नाना घरी आले, तेव्हा सगळ्यांनी काढता पाय घेतला.

एवढा वेळ दूरदूर असलेली आई आता जवळ आली.

"नंदा, ठीक आहे ना सगळं?"

"हो ऽ ऽ" मी हेल काढून मोठ्ठा होकार दिला. माझ्याकडे बारकाईनं

पाहात आई म्हणाली,

"तुझा चेहरा काही निराळंच सांगतोय."

– आईचं अंतःकरण ते आईचं अंतःकरण! माझं नाटक, माझा अभिनय, हे सर्व भेदून तिची नजर आत पोहोचली होती. एक क्षण वाटलं, आईला कडकडून मिठी मारावी आणि म्हणावं, 'आई, हे लग्न नको.' पण मन आवरलं. तिला मी कसं सांगू, की त्या वास्तूमध्ये, एअरकंडिशण्ड खोलीमध्ये गुदमरल्यासारखं होतं म्हणून? तिला मी कसं सांगू की त्या मोटारीच्या गादीचा स्पर्श उद्दाम वाटतो म्हणून? तिला मी कसं सांगू की त्या सगळ्या वैभवाला चमत्कारिक दर्प येतोय म्हणून?

"चल, जरा वेळ पडून राहा. तू थकली आहेस." आई म्हणाली.

"दमते कसली? चांगली टामटुमीत मोटारीतून हिंडून आली ती," नाना चेष्टेच्या स्वरात म्हणाले. आईला चेष्टा समजली नाही, ती गंभीरपणे म्हणाली,

"माणूस काय फक्त शरीरश्रमानंच दमतो काय?"

आतादेखील मला हे वाक्य आठवलं. 'माणूस काय शरीरानंच दमतो?' माझी अवस्था अशीच झालेय! मी दमले आहे. विचार करून दमले आहे. वैभवाच्या दडपणाने गुदमरले आहे. गोंधळले आहे.

पण लग्न होणारच आहे हे. हे काय पत्रिकादेखील छापून झाल्या आहेत. इच्छा एकच आहे आता. त्या वास्तूत असं का वाटतं हे लग्नापूर्वी समजावं. त्या वैभवाला कसला तरी दर्प येतो, त्याचा अर्थ समजायला हवा आहे, लग्नापूर्वी! कोण सांगेल तो अर्थ! नानांना का नाही समजला? आईला समजेल का?

लहानपणी आमचे तासकर मास्तर होते, ते मला कोणतंही अडलेलं गणित सांगायचे. शाळेचे प्रिन्सिपॉल. मी त्यांची फार लाडकी होते. एका गॅदरिंगमध्ये मी राधेची भूमिका केली होती. तेव्हापासून मी त्यांना आवडले होते. त्यामुळे ज्या तासकरांना इतर पोरं चळाचळा कापत, त्या तासकर मास्तरांच्या घरी केव्हा केव्हा मी राहायलादेखील जायची. त्यांच्या हाताखाली अभ्यास करताना कंटाळा कसा यायचा नाही. तासकरांनी माझी डिफिकल्टी सोडवली नाही, असं कधी घडलेलंच नाही.

आज हे आयुष्याचं गणित मांडताना-सोडवताना तासकर हवे होते. बस. ठरलं! आज तासकरांना भेटायचं. पहिली कुंकुमपत्रिका त्यांनाच द्यायची.

आठवण काढलेला माणूस लगेच भेटावा, असं काही फक्त नाटक-सिनेमातूनच घडतं असं नाही. प्रत्यक्षातही घडतं म्हणायचं. मी तासकरांची

मनापासून आठवण काढायला आणि तासकर समोर येऊन बसायला एकच गाठ पडली. तासकर गाडीत येऊन बसले आणि गाडी हलली. तासकर बाहेर पाहात राहिले. त्यांचं माझ्याकडे लक्षच गेलं नाही. असं कधी व्हायचं नाही. हेडमास्तरच्या पेशात अनेक वर्षं घालवलेल्या तासकरांना सतत सगळीकडे पाहण्याची सवय जडली होती, पण आज ते कुठंही पाहात नव्हते. बाहेर पाहात होते. नाही पण! त्यांची तीही नजर हरवल्यासारखी दिसत होती. काहीतरी हरवलं होतं. चुकलं होतं!

चुकलं होतं?

मास्तरांच्या जीवनात काही 'न सापडण्यासारखं' असेल का? न सुटणारी डिफिकल्टी त्यांनाही पडली असेल?

"सर!" माझ्या तोंडून हाक गेली. त्यांनी वळून पाहिलं.

"कोण, नंदा?"

"कसल्या विचारात पडला आहात?"

"छे छे – विचार कसला आलाय?" सर हसत-हसण्याचा प्रयत्न करीत म्हणाले. ते ज्या गोष्टीवर विचार करीत होते, तो विषय त्यांना चर्चेला नकोय असं वाटलं. मग मी त्यांना लगबगीनं पत्रिकेच्या गठ्ठ्यातील एक पत्रिका देत म्हणाले,

"पहिलीवहिली पत्रिका एखाद्या मान्यवर व्यक्तीला देण्याची इच्छा होती. सर, तुम्ही भेटलात, फार आनंद झाला. तुम्हाला पत्रिकाही द्यायची होती आणि, आणि एक डिफिकल्टी होती, सर!"

पत्रिका हातात घेत मास्तर खिन्नपणे म्हणाले, "डिफिकल्टी? हूं." त्या हुंकारात फार निराळा, काहीसा उपेक्षेचा अर्थ होता. तिकडे दुर्लक्ष करीत मी मुद्दाम उसन्या उमेदीनं म्हणाले,

"सर, ही डिफिकल्टी मात्र तुम्हीच सोडवू शकाल."

"बेटा, मला आता कोणतीच डिफिकल्टी सोडवता यायची नाही. मी अगदी नालायक झालोय, बेटा."

"सर, तुम्ही हे काय म्हणता भलतंच?"

"भलतंच नाही, योग्य तेच बोलतोय. मला अधिकार नाही तेवढा. शिक्षकाचं कार्य सर्वांवर चांगले संस्कार करणं, चांगली विचारसरणी शिकवणं – हे असतं; पण माझं सर्व चुकलंय. माझ्या सगळ्या जीवनाला काळोखी लागलीय. सगळा भूतकाळ चुकलाय."

मी माझ्या जागेवरून उठले आणि अगदी तत्परतेनं सरांच्या जवळ जाऊन बसले.

"सर, तुम्ही काय म्हणताय? मला काही कळत नाही. काही कळत नाही."

"बेटा, मलाही काही कळत नाही. मी काय सांगू? जाऊ दे. मला सगळं विसरायचं आहे."

ते गप्प बसले. मीही गप्प बसले. जरा वेळानं ते म्हणाले,

"तुझं लग्न ठरलं? छान, छान. सांग तरी सगळी हकीगत."

"सर, तुमची मन:स्थिती ठीक नसताना मला माझ्या लग्नाची हकीगत सांगताना कसं बरं वाटेल? मला आधी तुमची हकीगत सांगा. तुम्ही हल्ली काय करता?" ह्यावर वेळानं सर म्हणाले,

"सांगतो, सगळं सांगतो. एवढ्या आपुलकीनं कुणी विचारलं नाही. सांगतो. मी आता बॉम्ब तयार करणार आहे, चिक्कार."

"सर..."

"आणि पहिला बॉम्ब शाळेवर टाकणार आहे. दुसरा, नवीन शाळेसाठी घेतलेल्या प्लॉटवर टाकणार आहे."

"सर, असं काय कोड्यात बोलता? सांगा ना नीट. काही सुचत नाही." मी कळवळून म्हणाले.

"काय सांगू, नंदा? कसं सांगू? माझ्या हाताखाली ही पोरटी शिकली. मी रात्रीचा दिवस केला. रक्ताचं पाणी केलं. जीव गहाण ठेवला, शिक्षणाच्या दानासाठी. एकेक विद्यार्थी – मुलगा मानून त्यासाठी खस्ता खाल्ल्या; आणि ती पोरं आज ओळख दाखवीत नाहीत. न का दाखवेनात बापडे! माझं काय अडतं त्यावाचून? पण त्यांनी माणुसकी सोडावी? ज्यांच्या दाराशी मोटारी आहेत दोन-दोन, त्यांनी माझ्यासारख्या एका कार्य करणाऱ्या मास्तरला दीड-दोन हजारासाठी अडवावं?"

"म्हणजे?"

– बोलता बोलता सरांनी पिशवीतून निरनिराळे कागद काढले. माझ्यासमोर ते कागद उलगडीत ते म्हणाले,

"बघ बेटा. माझा सगळा फंड आणि सुमारे दहा-बारा मित्रांचे पाच-पाच हजार रुपये मी ह्या स्वप्नासाठी उभे केले. माझी स्वतंत्र नवीन शाळा. तिच्या इमारतीचे हे नवे प्लॅन्स. ह्या एका स्वप्नासाठी सगळं आयुष्य असं घालवलं. एकेका शब्दासाठी मित्रांनी पैशांचे डोंगर उभे केले. मी मरेपर्यंत मास्तरकी करावी, ज्ञानदान करावं, एकामागून एक अशी नवीनवी पिढी उभी करावी, म्हणून सगळी झटणारी माणसं. आणि ह्याउलट, हाताखाली शिकलेली एवढीशी कार्टी आता अधिकारी झालीत आणि त्यांच्याच एका काळच्या

मास्तरांना आता छळताहेत. ज्या मास्तरांनी 'कोऱ्या' पाटीवर पहिलं अक्षर लिहिले, त्या मास्तरांच्या जीवनपटावर ही आता शेवटचा मृत्युलेख लिहायला टपली आहेत. त्यांचे हात ओले झाले, म्हणजे हे प्लॅन्स बिनबोभाट पास होणार आहेत. नाही तर नेमका ह्याच जागेवरून एक रस्ता जायचा आहे. आता बोला!''

मी गप्प होते.

''माझ्या तपस्येला ही फळे येतात. ह्याचा अर्थ, मी ह्या मुलांच्यावर चांगले संस्कार करायला कमी पडलोय. हा पराभव माझ्या आयुष्याचा, माझ्या ज्ञानदानाचा आहे. तेव्हा मला सेवानिवृत्त झाल्यावर परत मास्तर होण्याचा अधिकारच नाही. पुन्हा ही अशीच लाचखाऊ पिढी उभी राहाणार. शाळेवर बॉम्ब टाकायचाय आणि त्या प्लॉटवरदेखील.''

''सर, असं म्हणू नका. अग्नीपासून जेवणही करता येतं आणि एखाद्याच्या घरादाराला आगही लावता येते. म्हणून अग्नी वाईट थोडाच ठरतो?''

''खरं आहे. पण सध्या राखरांगोळी करणारा अग्नी वाट्याला येतोय, त्याला काय करायचं?''

''सर, ते प्लॅन्स माझ्याकडे द्या. मी ते पास करवून आणते. पुष्कळ कामं एखाद्या बाईकडे पाहूनसुद्धा होतात. एखादी बाईदेखील करून दाखवते.''

''माफ कर बेटा, मी तुला माझी मुलगी मानली आहे. अशा कामासाठी मी तुझा उपयोग करू? बेटा, थोड्या प्रमाणात हाही सौंदर्याचा विक्रयच आहे.''

तासकर सरांच्या ह्या वाक्यावर मी अभावितपणे म्हणाले,

''सर, मुलगी लग्नाला उभी राहते, तेव्हा जर असं वाटलं, की सौंदर्याच्या जोरावरच हे लग्न होतंय, तर काय करावं?''

''तसे प्रामाणिकपणे वाटलं तर लग्न करू नये.''

माझी 'डिफिकल्टी' सुटत चालली होती. आम्ही दोघं आता गप्प होतो. मनातली खळबळ बोलल्यामुळे सरदेखील जरा शांत दिसत होते, पूर्ववत् होऊ पाहात होते. त्यांनी माझी 'डिफिकल्टी' थोड्या प्रमाणात सोडवली होती. त्यांची अडचण दूर करणं माझंही कर्तव्य हातं. मी त्यांना म्हणाले, ''सर, सौंदर्याची विक्री न करता मी तुमचं काम करू शकते. प्लॅन्स पास होतील अशी मी तुम्हाला हमी देते.''

''ते कसं?'' मी त्यावर म्हणाले,

''तुमचं मन शांत नाही. तुम्ही पत्रिका वाचा. तुम्हाला आपोआप समजेल.''

सरांनी पाकिटातून पत्रिका काढली. मी त्यांच्या चेहऱ्याकडे बारकाईनं पाहत राहिले. त्यांनी पत्रिका फोडली, उलगडली आणि ते आम्हा दोघांच्या फोटोकडे

पाहत राहिले, आणि हां हां म्हणता त्यांचा चेहरा बदलला. पार उतरला. भराभर प्लॅन्स पिशवीत भरले आणि हातात पिशवी घेऊन ते उभे राहिले.

"सर, इथे कुठं उतरता?"

माझ्याकडे न पाहता सर जाऊ लागले. मी उठले. त्यांचा हात धरून त्यांना परत खाली बसवलं.

माझी 'डिफिकल्टी' सुटत होती.

त्या संपत्तीला, वैभवाला दर्प का येत होता, हे समजलं. एअर कंडिशण्ड खोलीतसुद्धा गुदमरल्यासारखं का व्हायचं, त्याचा उलगडा झाला. ती वास्तू, ते वैभव, ती श्रीमंती आपली होणार ही भावना का सुखावत नव्हती, ह्याचा पत्ता लागला.

मी मास्तरांकडे पाहिलं. आम्हाला दोघांना अर्थ समजला होता. मास्तरांनी आणखीन स्पष्ट सांगण्याची जरूर नव्हती. शेजारच्या पत्रिकांचा गठ्ठा मी उचलून घेतला आणि विलंब न लावता खिडकीतून बाहेर फेकून दिला.

"अगं अगं...!" मास्तर ओरडले.

"सर, सर, माझ्या सौंदर्याची कायम विक्री होणार होती आणि तीसुद्धा डागळलेल्या पैशानं."

– माझ्या कृतीचा अर्थ मास्तरांना समजला नाही. कुणालाच समजणार नव्हता. पण मला वाईट वाटणार नव्हतं. माणसाचे सगळे विचार कुठं सगळ्यांना समजतात? आणि जरुरी तरी काय असते?

■

लावी पक्षिणीची गोष्ट

पाचशे रुपयांची आवश्यकता होतीच होती! काही देणेकऱ्यांची देणी, स्वत:ला आणि सौ.ला काही बऱ्यापैकी कपडे, नेहमीप्रमाणे विम्याचा तुंबलेला हप्ता आणि मेव्हणीच्या ठरलेल्या लग्नासाठी आहेर, एवढ्या गोष्टीसाठी कमीतकमी पाचशे रुपये हवेच होते!

पंधरा दिवस विचार करण्यात घालवल्यावर ठरवलं की, ऑफिसच्या प्रॉव्हिडंट फंडातून कर्ज काढायचं. हप्ता परस्पर पगारातून कापला गेला असता आणि मुख्य म्हणजे कुणाच्याही उपकाराखाली दडपून गेल्यासारखं वाटलं नसतं. कुटुंबाशी विचारविनिमय केला आणि पाचशे रुपये ऑफिसकडूनच घ्यायचे हे नक्की केलं.

ऑफिसात आल्याबरोबर वैद्याला बोलावून घेतलं. त्याला चांगला स्पेशल चहा पाजला. ह्याला रजा मिळवून दे, त्याला unclaimed लागला असेल तर काढून दे, वगैरे कामात वैद्य पटाईत! तेव्हा त्याला विचारात घेणं आवश्यक होतं. चहापान झालं. खाणी झाली. मग मी मुद्द्याला हात घातला,

''वैद्या, आपलं एक काम होतं.''

''मी ओळखलंय ते.''

''कसं काय?''

''अरे, त्याशिवाय फुकट चहा पाजलास काय? तोही स्पेशल. चहाला बोलावलंस तेव्हाच ओळखलं की संकट जवळ आहे म्हणून.''

''अरे पण...''

''काही सांगू नकोस. ज्या गावच्या बोरी त्याच गावच्या बाभळी. म्युनिसिपालिटीतले 'मोस्ट ओबिडिअंट' आपण कामाशिवाय चहा पाजतो काय एकमेकांना?''

''चोरा, परवा काय प्यायलास मग? कोणचं काम सांगितलं?''

“जाऊ दे रे. संतांच्या विभूती जगाच्या कल्याणा. बोल वत्सा, मी तुझं कोणतं प्रिय काम करू?”

– गाडी रुळावर आली होती!

“मला कर्ज हवंय.”

“मग पेढी उघडतो. तिथं भेट.” वैद्य चेष्टेनं म्हणाला.

“तुझ्याकडून नकोय लेका. माझ्याच फंडातून काढणार आहे.”

“मग मी त्यात कोणचा रोल करू?”

“हे बघ, चेष्टा पुरे. मला त्या भानगडी समजत नाहीत, कुणाला भेटायचं, काय सांगायचं, किती दिवस लागतील, सगळं सांग.”

“किती रुपये हवेत?”

“पाचशे.”

“तेवढे तुला due आहेत का?” गंभीर होत वैद्यानं विचारलं.

“असावेत.”

“मग अगोदर ते शोधून काढ.”

“बरं, तेवढे आहेत असं नक्की झालं तर?”

“तर काय, मिळतील. वीस हप्त्यात फेडावे लागतील.”

“म्हणजे महिना पंचवीस कापतील.”

“Yes.”

– मी विचारात पडलो. महिना पंचवीस रुपये कमी मिळून चालणार नव्हतं. आणखीनच अडचण होणार होती. पगार वाढायला आठ महिन्यांचा अवकाश होता. दहा रुपये पगार वाढल्यावर तेवढं जड गेलं नसतं. एकदम मला वैद्य म्हणाला,

“फंडाला किती contribute करतोस?”

“रुपयाला चार आणे.”

“हात्तिच्या, मग असं कर. चार आण्याऐवजी तीन आणे contribute कर पाचशे फिटेपर्यंत, म्हणजे तेवढं जड वाटणार नाही.”

युक्ती छान होती. मी वैद्याकडे आदराने पाहू लागलो, मी मग विचारलं, “बरं. मग त्यासाठी काय करावं लागेल?”

“अर्ज कर, आपल्या हेडक्लार्क कुलकर्णीला.”

“तूच सांग कसा करायचा ते.” मी त्याच्याच गळ्यात पडलो.

“तेवढं मला जमायचं नाही. आम्ही वाचाबृहस्पती. न धरी करी लेखणी गोष्टी सांगेन युक्तीच्या चार, आम्हाला लिहायला गणपतीच लागतो. त्या कोरडेला सांग. परवाच त्यानं तीन आण्याचे चार आणे केले.”

आता कोरडेला शरण जाणं आवश्यक होतं. मी त्याच्या टेबलापाशी गेलो. वैद्यासारखं त्याला माझ्या टेबलापाशी बोलावणं सोपं नव्हतं.

"कोरडेसाहेब, थोडा त्रास द्यायला आलो होतो.''

कोरड्यांनी माझ्याकडे चष्म्यातून पाहिले, तोच चहावाला शेजारून गेला.

"चहा घेणार?'' मी कोरड्यांना विचारलं.

"हेच काम होतं का?''

"छे छे.'' मी हसलो.

"मग नको. काम काय ते सांगा.''

"कोरडे, तुम्ही कधीच चहा घेत नाही मी विचारला तर. आजपर्यंत जेव्हा जेव्हा मी तुम्हाला चहा विचारला तेव्हा तेव्हा तुम्ही नाकारलात.''

"जाऊ द्या हो, तुमचं काम काय ते सांगा.''

"मला प्रॉव्हिडंट फंडाला अर्ज करायचाय, इतके दिवस मी चार आणे देत होतो आता मला तीन आणे करायचे आहेत.''

कोरडे एकदम गप्प बसले. त्यांचा चेहरा बदलला. त्यांनी शांतपणे चष्मा काढला. पुसला आणि पुन्हा घातला. जरा वेळ गेल्यावर पुन्हा मी विचारलं, "सांगता का अर्ज कसा करायचा तो?''

"तुम्हाला चार आण्याचे तीन आणे का करायचे आहेत?''

आता सगळं सांगायला हवं होतं.

"मला कर्ज हवं आहे. ते कर्ज मला मिळाल्यावर त्याचा हप्ता म्हणून पंचवीस रुपये कापले जातील. तेवढा हप्ता देणं मला परवडणार नाही म्हणून एक आणा वाचवणार आहे. मग वरचे पैसे मी पगारातून देईन.''

कोरडे पुन्हा विचार करू लागले.

"तुमची पगारवाढ व्हायला किती अवकाश आहे?''

"जवळजवळ आठ महिने.''

"मग तुम्ही तीन आणे करू नका.'' कोरडे एकदम म्हणाले, मला जरा धक्का बसला.

"थोडी कळ सोसा हो. आठ महिने हां हां म्हणता निघून जातील. तेवढ्यासाठी काढा जरा कळ. त्यात काय आहे?''

"कठीण आहे हो एवढे दिवस काढणं!''

"तुमचं लग्न होऊन किती दिवस झाले?''

"साडेतीन वर्षं झाली!''

"कसे दिवस गेले?''

"बरे गेले.''

"पाहा, साडेतीन वर्षं बोलताबोलता गेली. आठ महिन्यांचा काय पाड?" कोरडे वकिली बाण्याने म्हणाले.

"नाही हो, तुम्हाला कल्पना नाही येणार. फार भारी पडेल!"

"अहो, बाकीचे खर्च कमी कमी करा!"

"बाकीचे कोणते खर्च कमी करणार? कात्री कुठे लावणार?"

"पुण्याच्या खेपा कमी करा." कशी उधळपट्टी दाखवली अशा आविर्भावात कोरडे म्हणाले.

"मुंबईतच शनिवार-रविवार करमत नाही म्हणून मी लोंबकळत पुण्याला जातो अशी का कल्पना आहे तुमची कोरडे? तिथं आई आहे माझी. तिची काही कामं असतात..."

"गेल्या महिन्यात नेकटाय कशाला घेतलात? काय नडलं होतं त्यावाचून?"

आता मला कोरड्यांचा राग येऊ लागला. हा प्राणी आता सर्व गोष्टींवर बोट ठेवायला लागणार की काय? त्याच्या नाकावर ठोसा मारावा, चष्मा भिरकावून द्यावा आणि जाग्यावर जाऊन बसावं असं मला वाटू लागलं.

"कोरडे, आत्ता टाय बांधायचा नाही तर मग मान हालायला लागल्यावर बांधू का? हा षोक आत्ताच पुरा व्हायला हवा. म्हातारपणची काळजी म्हणून आता संयम आणि म्हातारपणी हे थेर शोभणार नाहीत म्हणून तेव्हा संयम! अजून माझी तिशी उलटली नाही. केव्हा तरी माणसाला इच्छा व्हायचीच आणि तुम्हाला खरं सांगू का, साडेतीन वर्षांपूर्वी लग्नात सासुरवाडीहून मिळालेल्या वरपोषाखावर टाय मिळाला होता. स्वत:च्या पैशाने विकत घेतलेला हा पहिला टाय."

कोरडे नुसता हसला.

"आणि एकदा टाय लावण्यात काय गंमत असते हे समजलं, त्यातली गोडी अनुभवयाला मिळाली की त्यातलं स्वारस्य, औत्सुक्य नष्ट होतं. मग मी पुन्हा थोडाच टाय घेणार आहे आवर्जून!"

कोरडे पुन्हा एकदा हसला! अर्थपूर्ण!

"का हसलात?"

"स्वत:च्या मतसंपादणीसाठी माणूस कसं स्वत:चं स्वतंत्र तत्त्वज्ञान तयार करतो, त्याचं प्रत्यंतर आलं म्हणून हसलो."

"अहो, तत्त्वज्ञान नाही हो हे!" मी केविलवाणं म्हणालो.

"बरं ते जाऊ द्या. प्रत्येकाला चहा कशाला पाजता?"

"कधी?"

"कधी काय, मघाशीच त्या वैद्याला स्पेशल चहा पाजलात. रोजचे कमीतकमी चार आणे तुम्ही लोकांना चहा पाजण्यात घालवता. महिन्याचे साडेसात रुपये झाले. माझ्याकडे पाहा. कुणाला चहा पाजत नाही. कुणाचा चहा घेत नाही. कंजूष म्हणत असतील; पण कशावरून तुमच्याच पदरचा चहा पिऊन तुम्हाला उधळ्या म्हणत नसतील? गेल्या वर्षी तुम्हाला मुलगा झाला. बावीस लोकांना Gold spot पाजलंत. मी घेतलं नाही. का पाजलंत? किती दिवस लोकांनी लक्षात ठेवलं? जाऊ दे मला काय करायचंय!"

मी निरुत्तर झालो होतो. तरी मला अर्ज करायला हवाच होता. मी कोरडेकडे पाहिलं.

"सोसा, थोडी कळ सोसा. मनाचा निग्रह करा. अगदी निभाव लागत नाही असं वाटलं तर धावपळ करा. लावीण पक्षिणीची वृत्ती ठेवावी."

"म्हणजे कशी?"

कोरडे आणखीन आवेशाने म्हणाले,

"तुम्हाला माहीत नाही का? चौथीत असताना वाचलेला धडा. 'Gleanings from English Literature'च्या पुस्तकात, ती लावीण रोज पिलांसाठी चारा आणायला जायची. शेतकरी शेतात यायचे आणि रोज कापणीची चर्चा करायचे. पिल्लं घाबरायची. आई आली रे आली की चिवचिवाट करून ती बातमी सांगायची. लावीण मात्र शांत असायची. एकदा मात्र ते शेतकरी स्वत: विळेकोयते घेऊन आलेले तिनं पाहिले. मग मात्र तिनं घरटं तातडीनं हलविण्यात हयगय केली नाही, तेव्हा तात्पर्य काय? तर संकटाच्या केवळ कल्पनेनं दचकून जाऊ नये. निभाव लागत नाही असं वाटलं तरच हालचाल करावी. काय, मी म्हणतो ते खरं ना?"

मी गप्प होतो. कोरडे पुढे म्हणाले,

"कमीतकमी दोन दिवस थांबा. वाटल्यास विचार करा. दोन दिवसांनी या. मग मीच अर्ज करून देईन स्वत:!"

मी माझ्या जाग्यावर आलो. मला वाटू लागलं, मी खरोखरच का घाई करतोय? असेलसुद्धा तसं. कोरडे म्हणतात त्याप्रमाणे थांबूया चार दिवस. बरं झालं नाही अर्ज केला ते!

कृतज्ञतेनं मी कोरड्यांकडे पाहिलं आणि काय मजा, तो प्राणी जाग्यावर नव्हता!

त्यानंतर सबंध दिवसात कोरडे मला दिसलेच नाहीत.

संध्याकाळी नेहमीची गाडी पकडली. माझ्या कानावर संवाद पडला, "काय रे कुलकर्ण्या, आज आला नाहीस?"

"यायला निघालो एकदा तेवढ्यात तो कोरडे आला."

आवाज ओळखीचे वाटले. नावंही परिचयाची निघाली. मी मागे वळून पाहिलं. हेडक्लार्क कुलकर्णी आणि त्याचा मित्र आपसात बोलत होते.

"कोणचा कोरडे?"

"एस्टॅब्लिशमेंटकडचा."

"काय म्हणत होता?"

"अरे, काय हैराण करीत होता! प्रॉव्हिडंट फंडात त्याला तीन आण्याचे दोन आणे करायचेत. पगार पुरत नाही, कर्ज हवंय म्हणत होता."

"त्या चोराला काय खर्च आहेत पण? दुसऱ्याला चहा पाजत नाही. स्वतःही कुणाकडून घेत नाही, पाजायला लागू नये म्हणून."

आमच्याच कोरडेचा उल्लेख होत होता.

"मग केलास का त्याचा अर्ज?"

"नाही अजून."

"मग?"

"थोपवून धरलाय."

"उगीचच? आणि कसा?"

"लावी पक्षिणीची गोष्ट सांगून!!"

यात्रा

प्रभाकर पारसनीस म्युनिसिपालिटीत कामाला आहे! बस् एवढीच माहिती मला समजली होती. त्याचा हुद्दा कोणता, खातं कोणतं ह्याचा मला पत्ता नव्हता. फक्त म्युनिसिपालिटीचं ऑफिस.

– म्युनिसिपालिटी!

जिथे फक्त फायलींचे ढिगारेच दिसतात. कागदपत्र आणि फायली आहेत म्हणून त्यापलीकडे माणसं असली पाहिजेत असं अनुमान करावं लागतं, ती म्युनिसिपालिटी! शहराच्या व्यवस्थेकडे लक्ष देण्यासाठी निर्माण झालेली एक अव्यवस्थित संस्था. बगदादला जाऊन एक वेळ सोनं शोधणं सोपं जाईल; पण म्युनिसिपालिटीच्या ऑफिसातून आपल्याला हवी असलेली व्यक्ती शोधणं महाकठीण. काम करणाऱ्या व्यक्तीचं खातं माहीत असलं तरी ही अवस्था; मग नुसतं प्रभाकर पारसनीस आणि म्युनिसिपालिटी ह्या दोन शब्दांवर खऱ्या अर्थानं – अर्थहीन शब्दावर –मला त्याला शोधायचं होतं. कपाळाला आठ्यांचं जाळं झालेल्या अनेक कारकुनांना त्याचं नाव विचारायचं होतं. मख्ख चेहऱ्याच्या पट्टेवाल्याच्या चेहऱ्यावर काही ओळखीच्या रेषा हालतात का, हे बघायचं होतं. 'अपुऱ्या माहितीनिशी शहाणा शोधायला निघालाय' अशा अर्थाच्या नजरा सहन करायच्या होत्या.

– तरी हे सारं मी करणार होतो. एक दिवसाचा खुर्दा त्यापायी वेचणार होतो. त्याखेरीज गाठभेट शक्य नव्हती. अचानक त्याला चकित करणार होतो. त्याच्यात झालेला बदल पाहून स्वत: चकित होणार होतो. थोडीथोडकी नव्हे, चांगली आठ-दहा वर्षे झाली होती त्याला शेवटचं भेटून. वास्तविक आम्ही एकत्र वाढणार होतो, मिळून जग बघणार होतो, भविष्यकाळाला एकमेकांच्या कुवतीप्रमाणे रंग देणार होतो, पण तसं काहीच घडणार नव्हतं. गुलाबाला फुलं नंतर येतात, काटे पहिल्यापासूनच असतात, त्याप्रमाणे माणूस जन्माला

यायच्या आधी भवितव्यता तयार असावी आणि माणसांच्या आशा-इच्छांची फुलं नंतर फुलत असावीत. शरद तुळपुळे जर अचानक गेला नसता तर – प्रभाकर व मी, नव्हे – शरद, प्रभाकर व मी आम्ही तिघंही आपल्या आईवडिलांना एकुलती, पण तिन्ही मुलं कुठल्या तरी एकाच घरातली वाटण्याइतपत गुण्यागोविंदाने मोठी होणार होतो. शेवटपर्यंत एकमेकांना अंतर देणार नव्हतो.

आम्हा तिघांना दत्तमूर्ती नाव पडलं होतं. एकटा शरद, किंवा एकटा प्रभाकर, किंवा एकटा मी कधीच दिसणं शक्य नव्हतं. आमचं हे बंधन प्रत्येकाच्या घरातली माणसंही पाळत असत. शरदच्या घरी केलेल्या लाडवात आम्हा दोघांचा वाटा न सांगता असे आणि माझ्या घरी तर साध्या केळ्याचेही तीन वाटे व्हायचे. एकमेकांच्या कानावर एकमेकांचे बेत घातल्याशिवाय आम्ही स्वतंत्रपणे काहीच करत नव्हतो.

हा संकेत प्रथम मोडला शरदनं! एकाएकी आम्हाला न सांगता, आमची परवानगी न घेता तो आम्हाला सोडून गेला. सबंध प्रवास बरोबर करण्याचं वचन देऊन जणू स्टेशनवरूनच परतला. सर्व गोष्टी हातात असल्याप्रमाणं माणूस वागतो. मृत्यूदेखील आपल्याला हवा तेव्हाच येणार ह्या कल्पनेत तो स्वत: फसत असतो – दुसऱ्याला फसवतो. कधीकधी मला ह्याचं कौतुक करावंसं वाटतं; कधीकधी कीव कराविशी वाटते. रस्त्यावरचा पालापाचोळा जितक्या सहजतेनं वाऱ्यानं उडवावा तितक्याच लीलेने काळाने शरदला आमच्यातून नेलं. दोन दिवसाचा साधा ताप तो काय आणि त्याने धारण केलेलं भयाण स्वरूप ते केवढं! खळखळून रडत प्रभाकर तेव्हा म्हणाला होता, 'आपण त्या वेळी त्याच्याजवळ असतो तर त्याला जाऊन दिलं नसतं, नाही का रे?' मी पण तेव्हा मान डोलवायचा. आज त्या वाक्यातल्या फोलपणाचं मला हसू येतं. पण त्या वेळच्या निष्पापपणाचं कौतुकही वाटतं.

आम्ही वास्तविक तीन निरनिराळ्या स्वभावांचे. ह्या तिघांचं एकत्र कसं काय जमतं ह्याबद्दल तिन्ही घरची मंडळी विचार करून थकली होती. शरद थोडासा तापट होता, मी त्या वयातही काहीसा गंभीर होतो आणि प्रभाकर भलताच भावनाप्रधान होता. वर्गातल्या कुठल्याही मुलाला मार बसला तरी त्या मुलाच्या डोळ्यातून पाणी यायच्या आधी हा मुसमुसायला लागायचा. ह्याचं मोठेपणी कसं होणार हा प्रश्न आम्हा दोघांनाच काय पण साऱ्यांनाच सतवायचा. शरद तर म्हणायचाच, 'आपण दोघं आहोत म्हणून हा आहे!'

– म्हाताऱ्या माणसानं आधाराला काठी घ्यावी आणि तिनेच आधी मोडून पडावं – प्रभाकरची अवस्था तशीच झाली. त्याला ताप भरला. वातसुद्धा

झाला. वातात सारखा 'शरद'चा जप. ताप उतरायला चांगले पंधरा दिवस लागले. तो चांगला हिंडूफिरू लागला, तरी त्याच्या चालण्याबोलण्यातली निराशा आणि वैराग्य प्रत्येकाला पदोपदी जाणवू लागलं. तो कुणाशीही हसून-खेळून बोलेनासा झाला. माझ्या घरी येऊन बसायचा तासचे तास; पण एक अक्षरही कुणाशी बोलायचा नाही. त्याची समजूत नाना लोकांनी नाना तऱ्हेनं घातली. त्याच्या वागण्यात तिळमात्र फरक झाला नाही. झुरून झुरून हाही आपल्या मित्राची वाट धरतो की काय असा प्रत्येकापुढे प्रश्न पडला. खाणं-पिणं, वाचन, खेळ कशातच त्याचं मन लागेना. जो जो त्याच्या एकेक गोष्टी कमी होऊ लागल्या तो तो, तो माझ्या आणखीन जवळजवळ येऊ लागला. शरदचे प्रेम आता तो दुपटीने माझ्यावर करू लागला.

ह्या परिस्थितीतून प्रभाकरच्या मामांनी मार्ग काढला. काही कामानिमित्त ते पुण्याला आले होते. त्यांना हा सगळा इतिहास समजला. दोन-तीन दिवस प्रभाकरच्या मनोव्यापारांचा त्यांनी सूक्ष्म अभ्यास केला. वातावरण बदलल्याशिवाय त्याच्या मनोवृत्तीत बदल होणं कदापीही शक्य नाही, हे त्यांनी हेरलं आणि सर्वांच्या विचारविनिमयानं एक वर्षापुरतं प्रभाकरला मामांबरोबर नागपूरला पाठविण्याचं ठरलं.

प्रभाकरचे मामा उत्तमपैकी सर्जन होते. 'प्रभाकरमध्ये आमूलाग्र फरक घडवून आणतो.' ह्या शर्तीने ते त्याला घेऊन गेले आणि अल्पावधीत मी दोघा जीवश्चकंठश्च मित्रांच्या सहवासाला कायमचा मुकलो. एका वर्षानंतर परत येणारा प्रभाकर नंतर आठ-दहा वर्षं गेली तरी आला नाही. सुरुवातीला आमचा पत्रव्यवहार नियमितपणे होत होता. कालांतराने त्यातही खंड पडला. तीन-चार वर्षांनंतर प्रभाकरचे आईवडीलही नागपूरला राहायला गेले.

आज मला त्याची भेट हवीच होती. सबंध दिवस मोडावा लागला तरी मला चालणार होता. प्रभाकर मला ओळखेल का? माझ्यामध्ये – एक उंची सोडली तर काहीच फरक पडला नव्हता. प्रभाकर किती बदलला असेल? मी त्याला ओळखू शकेन का? खूप दिवसांनी भेटणाऱ्या व्यक्तींमध्ये खूप बदल झालेला दिसावा असंही वाटतं आणि त्याच वेळेला तो जसा होता तसाच दिसावा अशीही सुप्त इच्छा असते. प्रभाकरच्या बाबतीत तरी तो होता तसाच असावा, अशी माझी मनापासूनची मनीषा होती. तो लहान होता तेव्हा मोठेपणी ह्याचा कसा काय निभाव लागेल असा आम्हाला प्रश्न पडला होता. पण आता मला उगीचच वाटत होतं, की व्यवहारात ह्याचं अडलं तरी चालेल, पण हा लहानपणी जेवढा हळवा आणि भावनाप्रधान होता तेवढाच अजूनही राहिलेला

दिसावा. लहानपणचं आपण सगळंच गमावतो. एक तऱ्हेचा वेडेपणा, निर्भिडता, स्वच्छंदता, हळवेपणा अगदी सगळं! लहानपणचं पावित्र्य काही औरच. लहानपण कोणीही देवाजवळ मागतो ह्याचं कारण त्या पावित्र्यातच असावं. मोठेपणीच आपल्याला एक एक गोष्टी हव्याशा वाटतात. मुखवटे बदलावेसे वाटतात. नैसर्गिक गोष्टींना पोषाख चढवून आपण त्याला 'मूल्ये' हे गोड नाव अर्पण करतो. असत्याला व्यवहार म्हणतो, वासनेला प्रेम म्हणतो, स्वत:चं शहाणपण पटविण्यासाठी लोकांच्या मूर्खपणाचा आधार घेतो. मी स्वत: माझ्या बालपणातलं काही टिकवू शकलो नाही, कमीतकमी प्रभाकर तरी होता तसाच दिसावा, अशी माझी उत्कट इच्छा होती. जणू काय प्रभाकरच्या भावना ह्या माझ्याच भावना होत्या.

विचारांच्या तंद्रीत मरीन लाइन्स केव्हा आलं कळलंच नाही. धोबीतलाव, मेट्रोमार्गे मी म्युनिसिपालिटीत जाणार होतो. ऑफिसची वेळ असल्यामुळे बराचसा लोंढा मरीन लाइन्सलाच उतरला. लोंढ्याबरोबर मी आपोआप बाहेर आलो. चालण्याचे श्रम करावे लागलेच नाहीत. जणू प्रवाहात सापडलेला ओंडकाच!

रस्ता क्रॉस करून मी पलीकडच्या फूटपाथवर गेलो. नाक्यावर वळतो, तो समोरून एक यात्रा आली. शकुन-अपशकुनावर विश्वास न ठेवणारा माणूस मी, पण एवढ्या दिवसांनी मित्राला भेटायला निघालो असताना यात्रा आडवी जाणं चांगली की वाईट, ह्यावर नकळत विचार करू लागलो. शेवटी यात्रा नजरेआड होईतो आपण उभं राहायचं मी ठरवलं. उगीचच लहानपणची आठवण झाली. मी, शरद व प्रभाकर फिरायला गेलो असता अशीच समोरून यात्रा आली. प्रभाकर चालता चालता उभा राहिला होता. त्याने आम्हालाही उभं राहायला लावलं होतं. मी त्याला कारण विचारलं तेव्हा तो भेदरलेल्या आवाजात म्हणाला होता, 'प्रेताला पाठ दाखवली तर माणूस सहा महिन्यात मरतो. आपल्याला वळायचंय उजवीकडे. ते प्रेत पुढे गेल्यावर वळूया.' हे सगळं आठवून मी मनाशीच हसलो. शेकडो लोक पाठी फिरवून चालत होते. एक माणूस तर यात्रेच्या पुढे जाण्याचा प्रयत्न करीत होता. त्या माणसाच्या धांदलीची मजा वाटून मी त्याच्याकडे निरखून पाहू लागलो आणि मला धक्का बसला.

"प्रभाकर!" मी हाक मारली.

दुसऱ्या हाकेला त्याचं माझ्याकडे लक्ष गेलं.

क्षण दोन क्षण तो माझ्याकडे पाहतच राहिला. ओळख पटली. रस्त्यावरच्या लोकांची तमा न बाळगता, दोघांच्या कपड्यांच्या इस्त्रीची काळजी

न करता त्याने मला कडकडून मिठी मारली. भावनेचा पहिला आवेग ओसरल्यावर तो दूर झाला. त्याचे दोन्ही डोळे पाण्याने डबडबले होते.

मीही पाणावलो. दोघांना एकदम खूप काही काही बोलायचं होतं. पण दोघेही गप्प झालो होतो. अचानकपणे भेट झाल्याने तो गप्प होता तर पूर्वीइतकाच तो भावनाप्रधान राहिला आहे ह्या आनंदाने माझ्याही तोंडून शब्द येत नव्हते. शेवटी त्यानेच सुरुवात केली –

"तुला वेळ असेल तर ऑफिसात चल, तिथेच गप्पा मारू."

"तुझ्याकडेच निघालो होतो. भरपूर वेळ आहे!"

"मग चल लवकर, त्या यात्रेच्या पुढं जायला हवं!"

"अरे, तू म्युनिसिपालटीत ना? मग तिकडे कुठे...!"

"तू चल नुसता, सगळं मग बोलू या!"

आम्ही यात्रा ओलांडून पुढे गेलो. मला तो कुठे नेतो आहे ह्याचा उलगडाच होईना. एका कमानीवजा दरवाजातून तो मला आत घेऊन गेला. मागोमाग यात्रा पण आत आली. एका लहानशा खोलीत घेऊन जात तो मला म्हणाला, "हे माझं ऑफिस."

लहान दरवाजातून जाताना खाली न वाकल्याने चौकटीवर डोकं आपटावं व भण्णऽऽ व्हावं तसं मला झालं. प्रभाकरने पुढे केलेल्या खुर्चीत मी जवळजवळ आपटलोच. माझ्या अवस्थेकडे लक्ष द्यायला त्याला सवड नव्हती. त्याने भराभर टेबलाचे खण उघडले. कसली तरी पुस्तकं व छापील फॉर्म उघडले. माझं लक्ष बाहेर गेलं. काट्यावर ताटी ठेवली गेली. यात्रेबरोबर माणसं थोडीच होती. चार-पाच वयस्कर मंडळी व तेवढेच तरुण! त्यांच्यापैकी एकाने माझं विशेष लक्ष ओढून घेतलं. एखाद्या अर्भकाप्रमाणे गुढघ्यात मान घालून तो घुसळून रडत होता. बहुधा त्याचा भाऊ गेला असावा. माझं निरीक्षण चालू असताना एक गृहस्थ आत आला. त्याने प्रभाकरजवळ एक कागद दिला. डॉक्टरचं सर्टिफिकीट! फॉर्म भरताना प्रभाकरनं अगदी सहज विचारलं,

"वय बरोबर आहे ना?"

"होय."

"कशानं गेला?"

"अगदी अचानक... तीन दिवसांचा ताप!" घोगऱ्या आवाजात तो माणूस म्हणाला. मी त्याच्याकडे पाहिलं. मला उद्देशून तो पुढे म्हणाला,

"एकुलता पोरगा. तोच गेला. द्वारकेतला सोन्याचा खांब होता."

माझी नजर एकदम बाहेरच्या त्या रडणाऱ्या माणसाकडे गेली. त्या गृहस्थाने ह्याचा अर्थ ओळखला.

“तो रडतोय तो ना? आमचा मित्र आहे. आमचं त्रिकूट होतं, आता दोघंच राहिलो. फारच हळवा स्वभाव आहे त्याचा.” डोळे पुशीत तो बाहेर चालता झाला. मी प्रभाकरकडे पाहिलं. निर्विकारपणे त्याने वह्या मिटल्या व विचारलं,

“चहा घेणार ना?”

“ह्या इथं?” इंगळी डसल्याप्रमाणे मी चमकून विचारलं! पूर्वीच्याच संथपणानं तो म्हणाला.

“त्यात काय झालं? ऑफिस आहे हे माझं. डबादेखील इथेच येतो माझा!”

मी आणखीच सुन्न झालो. वेड्यासारखा त्याच्याकडे पाहत राहिलो.

“बघतोस काय असा?”

“बघू नको तर काय करू? एअरकण्डिशण्ड खोलीत बसावं तसं तू मला कौतुकानं ‘हे माझं ऑफिस’ म्हणून सांगतोस आणि त्याचप्रमाणे मसणवटीत बसून चहा घेणार का म्हणून विचारतोस...!” माझं वाक्य पुरं व्हायच्या आत तो हसू लागला. ह्याचं हसणं बाहेरच्या लोकांनी पाहिलं तर ते ह्याला किती निर्दय म्हणतील ह्या विचारानं मी बावचळलो. प्रभाकर मात्र बिनदिक्कत हसत हसत खिडकीतून बाहेर बघू लागला. मला ती भयानकता सहन होईना.

“काय भयाण जागा, आणि म्हणे ऑफिस!” मी पुटपुटलो.

“जागा भयाण आहे खरी. पण अशी एखादी ‘डेड बॉडी’ आली म्हणजे मात्र ‘लाइफ’ वाटतं.” अगदी सहजतेनं तो म्हणाला. मला कल्पना यावी म्हणून त्याने दुसरी खिडकी उघडली. ‘डेड बॉडी’ आली की ‘लाइफ’ वाटतं. काय प्राणी आहे हा. एकाएकी मला वाटलं ह्याच्याशी काहीच न बोलता पळून जावं इथून. तोच त्यानं मला विचारलं,

“स्मशानात कधीच गेला नाहीस आतापर्यंत?”

“नाही. तेवढा भाग्यवान आहे मी!”

“तरीच एवढा गांगरलायस. मला आता सगळं पाठ झालंय काय काय करतात ते. गेली तीन वर्षं बघतोय सगळे प्रकार. आता झोपेतही वर्णन करू शकेन.”

“तुला झोप येऊ शकते तर!”

“अगदी गाढ. जो उन्हातून वणवण फिरलाय तो सावलीतलं रहस्य ओळखतो. ज्यानं मरण जवळून पाहिलंय त्याला जीवन कळतं. ज्यांनी फक्त जीवनच पाहिलं आहे त्यांना झोप येत नाही. मी मरण पाहिलंय म्हणूनच मला गाढ झोप येते. खरं की नाही?”

“मला काही कळेनासं झालं आहे.”

"ह्याचा अर्थ हाच की तुला माणूस समजला नाही. जग कळलं नाही. जीवनातला अत्यंत भेसूर पण तितकाच सत्य भाग मी गेली तीन वर्षं पाहातो आहे. ज्या भागाकडे कोणीही लक्ष देत नाही तो भाग मी बघतो आहे. आरशाची मागची बाजू – पाऱ्याची बाजू – बघायला आवडते का? अर्थातच नाही. जो तो गुळगुळीत भागाकडे बघतो. कारण त्या बाजूने त्याला स्वत:ची प्रतिमा दिसते ना? पण आरशाच्या खडबडीत भागामुळेच त्याला सौंदर्य आलं आहे, ह्याचा सगळ्यांना विसर पडतो. मृत्यूमुळे जीवन सुंदर झालं आहे. पण त्या भेसूर भागापासून लोक दूरदूर पळायचा प्रयत्न करतात. लोक ढोंगी असतात म्हणून पळतात. मृत माणूस प्रामाणिक असतो. तो पळत नाही. तो नुसता प्रामाणिकच नाही तर पवित्र असतो. लबाडी, खोटेपणा, अभिमान, गर्व सारं सारं सोडून पवित्र होऊन तो इथं येतो. म्हणून सुवर्णाप्रमाणे अग्नीत हूं की चूं न करता तावून सुलाखून जातो. तुला वाटेल मी 'फिलॉसॉफी' बोलतोय. तसं नाही. मी फक्त खरं बोलतोय. मी अशा ठिकाणी काम करतोय की जिथं सत्य आणि मृत शरीर ह्यांच्याखेरीज कुणालाच वाव नाही. मृत शरीर हेच सत्य. लपवालपवी नाही त्याच्याजवळ. अशा लोकांचा मला सहवास घडतो. तू ह्याला भयाण जागा म्हणतोस, मी पवित्र स्थान म्हणतो; जाऊ दे. चहा घेणार ना?"

"नको रे. प्रशस्त नाही वाटत चहा प्यायला!"

"भलताच भावनाप्रधान झाला आहेस तू!" काहीशा हेटाळणीच्या स्वरात प्रभाकर म्हणाला. मी विलक्षण चिडलो.

"भावनाप्रधानतेच्या गप्पा प्रभ्या, तू माझ्याजवळ मारतोस? ह्याचा सरळसरळ अर्थ असा की तू बालपण विसरला असशील."

"बिलकूल नाही. उलट शरदला मी जितकं लक्षात ठेवलं आहे, तितकं कुणीच लक्षात ठेवलं नाही. शरद मेला पण मला जीवन देऊन गेला. ते दिवस आठवले की मी तासचे तास स्वत:ला विसरतो. नागपूरला गेल्यावर मी वेड्यासारखा झालो होतो. तिथली कुठलीच गोष्ट रुचत नव्हती. बेभान व्हायचा मी. अनेकदा पळून जाण्याचाही प्रयत्न केला. साधला नाही. मग तुला पत्र लिहायचो. तेवढंच शांत वाटायचं. मामांचं माझ्या बारीकसारीक हालचालींकडे लक्ष असायचं. हळूहळू त्यांनी मी कोणत्या ना कोणत्या व्यवसायात गुंतलेला राहीन अशी व्यवस्था केली. मधूनमधून मला दवाखान्यात बोलावू लागले. लहान लहान जखमा बांधताना मदतीला घेऊ लागले. एखादी व्हिजिट आली तर मुद्दाम बरोबर नेऊ लागले. एकदोनदा व्हिजिटला गेलो असताना माझ्यासमोर रोगी दगावला. प्रथम मी घाबरलो. पुढे त्याचीही सवय होऊ लागली. अशा तऱ्हेने माझ्या जीवनाला वळण लागलं तर माझा निभाव लागू

शकेल, हे त्यांनी द्रष्ट्याप्रमाणं ओळखलं. अशा तऱ्हेची नोकरी स्वीकारताना मुख्य पाठिंबा त्यांचाच होता. शरदचा मृत्यू आणि मामांचे हर प्रयत्न ह्यावर मी आता यशस्वी होतो आहे. जीवनाचा एवढा अभ्यास, माणसांची खरी ओळख – मला असली नोकरी मिळाली म्हणून झाली.''

मी स्तंभित होऊन बसलो होतो. प्रभाकरचं हे बदललेलं स्वरूप पचवायला मला खूप त्रास होणार होता. त्याच्याशी काय बोलावं हेच मला कळेना. घरच्या काही गोष्टी बोलाव्यात, भूतकाळातल्या आठवणींत रमावं वगैरे काहीच वाटेना. खूप काहीतरी गमावल्यासारखं वाटू लागलं. प्रभाकर शांतपणे सिगारेट शिलगावीत सृष्टिशोभा बघावी तसं बाहेर पाहत होता. एकाएकी तो हसला.

''काय झालं?'' उगीचंच मी विचारलं.

''त्या रडणाऱ्या माणसाची गंमत वाटली. भलताच हळवा आहे, मी होतो तसा. वेड्यासारखा रडतोय. काही दिवसांनी तोही येणार आहे इथंच; पण आज अमरपट्टा घेऊन आल्याप्रमाणं रडतोय.''

खूप बोलायला आलेला असूनही मला काहीच बोलावंसं वाटेना.

''मी निघू का रे आता?''

''जा. तुला इथे नाही बरं वाटायचं. माझ्या घरचा पत्ता देतो. घरीच ये. आहेस ना दोन-तीन दिवस? कुठे असतोस कामाला? मी तुला काहीच विचारलं नाही. तुझी काहीच हकीगत समजली नाही.''

''मी घरीच येईन. पुण्यातच राहातो. रविवारपर्यंत आहे इथे.''

त्याने दिलेला पत्त्याचा कागद खिशात कोंबून मी निघालो. एक फार जुना मित्र गमावल्याचा खेद करावा की नवीन विचारांचा – जीवनाचा अर्थ समजलेला नवीन मित्र मिळाला ह्याचा आनंद मानावा, ह्या कोड्यात मी पडलो आहे.

■

अंतर

हां हां म्हणता आभाळ भरून आलं! माणसं झपाझपा चालू लागली. छत्री, रेनकोटवाले निर्धास्त होते; बाकीचे धास्तावले. बसच्या रांगेतली माणसं अस्वस्थ झाली. त्यातल्या त्यात पैसेवाली माणसं टॅक्सी शोधू लागली. दुकानदार तयारीत राहिले. वाहनांनी वेग वाढवला. पाऊस कोसळण्यापूर्वीची हुरहूर, अस्वस्थता मुंबईच्या रस्त्यांवर रेंगाळू लागली!

अरुंधतीनं एकवार आकाशाकडे पाहिलं. पाऊस केव्हा कोसळेल ह्याचा स्वत:च्या बुद्धीप्रमाणे अंदाज घेतला. मग तिनंही चालण्याची गती वाढवली; पण तिचा अंदाज चुकला! टपोरे टपोरे थेंब अंगावर पडू लागले. टॅक्सीच्या विंडो ग्लासवर; व्हिक्टोरियाच्या टपावर तडातडा आपटू लागले. गुळगुळीत डांबरी रस्त्यावर असे थेंब आपटतात. आणि रबरी चेंडूप्रमाणे पल्टी घेऊन ते पुन्हा चार-पाच इंच वर उडतात. रस्त्याच्या सपाटीवर तीन-चार इंच जाडीचा – अशा थेंबांचा चकाकणारा गालिचा पसरल्याचा भास होतो. शहरातल्या गुळगुळीत रस्त्याचं हे वैभव आहे!

अरुंधतीला चालणं अशक्य झालं. कुठंतरी उभं राहायला हवंच होतं. तशा स्थितीत उभं राहाणं अरुंधतीच्या जीवावर आलं. घरी जाण्याची तिला खास ओढ बिलकूल नव्हती. घरी जाऊन पहायचं काय? तर अठरा विश्वे दारिद्र्य! समजायच्या वयात आलेल्या विजूनं विचारायचं, 'आई, शिकवणीचं काय झालं?'– आपण म्हणायचं, 'काही नाही!' विजूच्याच पाठीवर दीड वर्षानं आलेल्या सरितेनं सांगायचं, 'आई, अंगावरचं पातळ आता पार गेलंय, पुन्हा जाऊ नकोस ह्या पातळानं बाहेर.'

– ह्यावर आपण तोंड लपवायचं.

अरुंधती एकदम सावध झाली. पावसाच्या आणि घरच्या विचारामुळं एवढा वेळ तिला खरोखरच अंगावरच्या पातळाचा विसर पडला होता. आपल्या

बेसावधपणामुळे इतका वेळ आपल्याकडे कुणी टक लावून पाहत नव्हतं ना, ह्याचा तिनं शोध घेतला. पातळ खूप ठिकाणी फाटलं होतं. शरीर उघडं पडू नये एवढ्यासाठी मोठ्या कसोशीनं तिला पातळ नेसायला लागायचं! तारुण्य, सौंदर्य, दारिद्र्य! पहिली दोन वरदानं तर तिसरा शाप. तोही एवढा जबरदस्त की, पहिली दोन वरदानं पोकळ ठरावीत, तापदायक व्हावीत!

विरलेलं पातळ भिजलं! आणखीन पारदर्शक बनलं. बुभुक्षितांच्या नजरेला जणू पक्वान्न मिळालं. काय झाकावं, कुठं दडवावं? पावसाच्या माऱ्यापेक्षा लोकांच्या नजरेनं अरुंधती जास्त भिजली. पावसानं फक्त वस्त्र भिजवलं! लोकांच्या दाहक नजरांनी तिचं अंग भिजवलं! पानवाल्याकडे पान खाण्याचं निमित्त करून आलेली माणसं अरुंधतीकडे पाहत होती. पानाची बिघडलेली चव त्यांना कळत नव्हती. खरी चव पानाला नव्हतीच आज. अरुंधतीच्या भिजणाऱ्या कायेला होती. अरुंधतीला वाटलं इथून हलावं. दुसरीकडे जावं. पण पुन्हा तिला वाटलं, तिथंही ह्याचीच पुनरावृत्ती! नवे लंपट, नव्या नजरा! त्यापेक्षा इथंच थांबावं. सहज म्हणून ती इमारतीच्या आतल्या भागाकडे वळली. तिथंही पुरुष होतेच. क्षणभर ती घोटाळली आणि मग 'साईड प्लीज' म्हणत सरळ वरच्या मजल्यावर गेली.

इथं कोणीही नव्हतं. पातळाचे ओले भाग शरीरापासून जरा दूर करीत तिला पिळता आले. तिचं तिला मग हायसं वाटलं. जराशी मोकळी होत ती मग आजुबाजूला पाहू लागली. अरुंधतीची नजर समोर गेली. दारावरची चकचकीत पितळी पाटी पाहून ती दिङ्मूढ झाली. 'सौ. ललिता वालावलकर, एम्. ए., पीएच. डी.'

ललिता काही कामासाठी अचानक दार उघडेल, आपल्याला पाहून थबकेल आणि मग आपला हात धरून जवळजवळ खेचतच नेईल आपल्याला घरात; ह्या धास्तीनं अरुंधती दोन पावलं मागं सरकली. ललितेचा स्नेह तिला आता नको होता. त्या दोघींत मैत्री राहावी असं आता एका पूर्वस्मृतीशिवाय काहीच राहिलं नव्हतं. दोघींच्या मागं संसार लागला. वातावरण बदललं होतं. परिस्थिती तर फारच निरनिराळी बनली होती. श्रीमंतीच्या वरदानानं ललितेची साहित्यसेवा चालू राहिली होती. संसारानं त्यात अडथळा आला नाही. उलट तिची श्रीमंती साहित्यिक दर्जा वाढविण्यास कारणीभूत ठरली. ह्याउलट संसारानं अरुंधतीचा बळी घेतला. दारिद्र्यानं साहित्यिक गुणांना मूठमाती दिली. कोण्या एके काळी ललिता आणि अरुंधती एकाच तोलाचं-मोलाचं लिहू शकत होत्या, ही गोष्ट सांगणाऱ्याला मूर्खात काढणारी ठरली असती! संसार आणि दारिद्र्य ह्यात अरुंधती पार बुडाली तिला डोकं वर काढण्याला वाव मिळेना. प्रथम ती

ह्या आघातांनी खचली. झुरली. तणतणणारी, वर येण्याचा दुबळा प्रयत्न करून राहिली, पण तिच्या पिचलेल्या महत्त्वाकांक्षा तिच्याच लेखणीतलं बळ शोषून घेत राहिल्या. शब्दांवर हुकमत चालवणारी तिची लेखणी आता जिथं-तिथं हटू लागली. अडखळू लागली! आपला आता थांबण्याचा काळ आला हे अरुंधतीने जाणले. इकडे ललिता शिखरावर जात होती. स्वत:च्या उत्कर्षाचा मार्ग तिला सापडला होता. एकामागून एक पदव्या मिळवीत ती प्रसिद्धीस आली.

तिच्या शब्दांना वजन आलं, तेज प्राप्त झालं. साहित्य संमेलनाची ती अध्यक्ष पण झाली! एकाच बाकावर बसणाऱ्या दोन मैत्रिणी. ज्यांनी बरोबरीनं स्वप्नं रंगवली – त्यातली एक खालच्या पायरीवर तिष्ठत होती. एक नवीन नवीन – वरच्या वरच्या – पायऱ्या शोधत होती, चढत होती!

असं असूनही पंधरा दिवसांपूर्वी ललितेनं अरुंधतीला ओळखलं. मुद्दाम मोटार उभी करून चौकशी केली. थोडक्यात गप्पा आटपणार नाहीत ह्याची कल्पना येताच ड्रायव्हरला थांबायला सांगून तिने बळेबळे अरुंधतीला शेजारच्या हॉटेलात नेले. वेटरला भली मोठी ऑर्डर देऊन – अरुंधतीचे खांदे घुसळीत तिनं विचारलं, "चुकवणार होतीस ना मला?"

वरकरणी हसत अरुंधती म्हणाली, "छे छे, असं कसं करीन?"

ललितेचा अर्थातच विश्वास बसला नाही. ती म्हणाली,

"मी तुला बरोबर ओळखलं आहे."

– तिच्याकडे दुर्लक्ष करीत अरुंधती म्हणाली, "प्रथम तुझं अभिनंदन करते. परवाच्या सत्काराबद्दल. त्याच दिवशी तुला भेटून, तुझ्याशी खूप खूप बोलायची इच्छा झाली. पण..."

"म्हणे पण! पण काय?"

पण ह्यावर अरुंधतीला कसं कुणास ठाऊक, एकदम रडायला आलं. अरुंधतीच्या मळक्या विटक्या पातळाची पर्वा न करता ललितेनं तिला जवळ ओढून घेतली. कडकडून मिठी मारली. आपल्या भारी रुमालानं तिचे डोळेही पुसले. तिनं दाखवलेल्या आपुलकीनं अरुंधती आणखीन गहिवरली आणि मग खूप खूप दिवसांनी जिवाभावाच्या माणसाजवळ तिच्या असंख्य दु:खांना वाचा फुटली. आधार मिळाला.

"केव्हाही माझ्या घराचं दार तुला उघडं आहे. अगदी मध्यरात्री हाक मार. कोणत्याही तऱ्हेचा परकेपणा न बाळगता तू मला हाक मारली पाहिजेस."

असं वारंवार बजावून, स्वत:च्या घरचा पत्ता देऊन ललितेनं तिचा निरोप घेतला.

त्या एवढ्याशा चकचकीत पितळी पाटीनं अरुंधतीला तिचं बालपण परत

दाखवलं. ललितेची आणि तिची एकदिलाची मैत्री दाखवली. पंधरा दिवसांपूर्वीची भेट पण समोर उभी केली. अरुंधतीची नजर बाहेर वळली. पत्ता सांगताना ललितेनं ज्या ज्या खुणा सांगितल्या होत्या त्या सगळ्या तिला आता उशिरानं ध्यानात आल्या. 'पनामा' सिगारेटची ती मोठी जाहिरात, नाक्यावरचा तो इराणी आणि मुख्य म्हणजे 'डी रूटचा' बसस्टॉप, या सगळ्या खाणाखुणांची ओळख तिला आता पटली. पुन्हा तिची नजर त्या पाटीकडे वळली. तरीसुद्धा अरुंधतीला पुढं व्हावंसं वाटेना. ललिता आता फार उंचावर पोचली होती. तिथं अरुंधतीचे पायच काय पण नजरही पोचू शकत नव्हती. केवळ बालपणाची मैत्री एवढ्या एका सूत्रावर परत स्नेह जुळवावा असं अरुंधतीला वाटेना. पंधरा दिवसांपूर्वी आपण रडलो, स्वत:ची कर्मकहाणी सांगितली – ह्याचाही तिला आता पश्चात्ताप होत होता. मैत्रीण झाली म्हणून काय झालं? असा पराजय का कुठं सांगायचा असतो?

कलावंताला, मग तो कितीही लहान असो, वा मोठा असो, स्वत:चा पराजय त्याला बघवत नाही. त्याच्या स्वाभिमानाला गेलेला तडा त्याला सहन होत नाही. पराजय होऊनही तो कबूल न करायचा हेकटपणा कलावंताजवळ असतो. स्वत:च्या अहंकाराचं तो जतन करतो; किंबहुना अहंकार, हेकटपणा ह्याशिवाय स्वत:च्या निर्मितीचं प्रतिपादन अशक्यच! कलावंत हेकट हवा, एकांगी हवा, एका घटनेकडे बघण्याच्या निरनिराळ्या दहा तऱ्हा! त्या सगळ्याच सार्थ आणि योग्य वाटू लागल्या तर तो काही निर्माणच करू शकणार नाही. अरुंधतीजवळ ह्या सगळ्या गोष्टी होत्या. म्हणूनच ललितेने स्वत:ची श्रीमंती, सामाजिक दर्जा, हे सगळं विसरून मैत्री मानली; पण ललिता फार उंचावर पोचली आहे हा विचार अरुंधतीला चिकटूनच राहिला!

ललिता आपल्या पातळीवर आहे, आपण एकाच दर्जाच्या आहोत हे अरुंधतीला दिसायला हवं होतं. मग ती मधल्या पायऱ्या विसरायला तयार होणार होती. मधलं अंतर नाहीसं होण्यासाठी तिला एखादं तरी साम्य स्थळ हवं होतं!!

बाहेर पाऊस कोसळत होता. आता तो थोडा वाढलाच होता. अरुंधतीसमोर आता घर उभं राहिलं. तिचा दीड वर्षांचा नंदू तिला दिसू लागला. सरिता, विजू त्याला सांभाळत असतील. बबड्या, छबड्या, सोन्या, मोन्या ह्या लाडक्या नावांनी दोघंजण त्याला मुद्दाम हाक मारीत असतील. आपण मात्र ह्या अर्थशून्य शब्दांनी त्यांचं कौतुक करायला लागलो की दोघंजण हसतात; या विचारानं अरुंधतीला स्वत:शीच हसायला आलं. मोठी लबाड आहेत दोन्ही मुलं! आणि तितकीच समंजसही!!

तेवढ्यात ललितेच्या घरातून कोणीतरी बाहेर आलं. अरुंधती बाजूला सरकली. ललितेच्या घराचं दार उघडंच राहिलं. मैत्रिणीचं घर बाहेरून ओझरतं पाहावं, असा अरुंधतीला नकळत मोह झाला. तिची पावलं आपसुक पुढं पडलीही.

पिढीजात श्रीमंतीला साजेशा वैभवानं दिवाणखाना नटला होता. घरात पुरुषमाणूस दिसत नव्हतं. काहीतरी कामासाठी ललिता बाहेरच्या खोलीत आली. तिच्या पाठोपाठ तिची तीन वर्षांची मुलगी रडत रडत बाहेर आली.

"राजा, असं काय बरं? गप. हट्ट नाही करायचा. तुझ्या रडण्यानं आपला पपू उठेल."

ललिता मुलीला समजावीत होती. ती त्रासलेली, दमली-भागलेली दिसत होती. अरुंधतीला आपलं घर आठवलं. तेवढ्यात पाळण्यातून आवाज आला. ललिता आत पळाली. दोनच मिनिटांनी ती बाहेर पण आली. मुलाचं रडणं थांबलं होतं. ललितेचं कौतुक करणं मात्र त्याच बोबड्या शब्दात चालू होतं.

"अपुल्या, पप्या, सोनुल्या, अछं कलाचं नाई. उगीच उगीच ललायचं नाई. अछा अप्या, अप्पा मामीला तलाश नाई द्यायचा गडे."

एम. ए., पीएच. डी. झालेली ललिता बोबडं बोलत होती. अरुंधतीला वाटलं आपलीच भाषा, आपलेच शब्द वापरते ही ललिता! अरुंधतीला वाटलं या डिग्र्या खोट्या आहेत. मानपान, दर्जा मिथ्या आहे. लांबलचक प्रबंध, गाजलेल्या लघुकथा ह्यांचा दर्जा काहीच नाही. खरं साहित्य हे पाहा 'पपुल्या, सोन्या, मोन्या – अछं कलाचं नाई–' हे जातिवंत साहित्य! ललिता प्रथम स्त्री आहे, माता आहे. म्हणजेच आपली सहेली आहे. पंधरा दिवसांपूर्वी 'केव्हाही हाक मार' म्हणणारी ललिता तेव्हा जवळ आली नव्हती; पण आता चार बोबड्या – एका मातेच्या ओळखीच्या – शब्दांनी जवळ आली. दरवाजावरच्या चकचकणाऱ्या पाटीची भीती नाहीशी झाली आणि आत जाण्यासाठी अरुंधतीने दरवाजा लोटला...

■

फ्लोरेसन्ट ट्यूब

'लाइट ऑऽऽफ्' 'फॅन ऑन!' 'अरे, फॅन चालू कर रे!'

'कोण तो गद्धा, सगळे दिवे कुणी घालवले?' एक जास्त वैतागलेला आवाज.

बत्तीस नंबर लागतो. जरुरीपुरता प्रकाश उजळतो. फॅन चालू होतो. अंजली सुस्कारा सोडून खुर्चीत बसते. बसते म्हणण्यापेक्षा कोसळते म्हणावं! काळ्या बुरख्यातून डोकं बाहेर काढून सतीश बाहेर येतो. दिग्दर्शक चंद्रशेखर पाईप पेटवतात. तोच कपाळावर आठी चढवत अंजली म्हणते,

''थांबा बाई जरा. काहीतरी 'कोल्ड' घेऊ या.''

सेटवर मँगोला येतो. आता तासाची निश्चिंती! उघडच दिसतंय. लाइटबॉईज खाली बसतात, कुणी विड्या काढत, कुणी तंबाखू! ह्या पुढचा ट्रॉली शॉट असतो. त्याचप्रमाणे ट्रॉलीखाली फळ्या टाकण्याचं काम चालू होतं. सतीश मधूनमधून ब्लॉक पाहू लागतो. लाइटिंगच्या जुजबी सूचना चालू होतात. सेटवर उभं राहण्यापूर्वी अंजलीच्या चेहऱ्यावर पुन्हा पावडर मारावी लागणार आहे. त्या तयारीने शंकर उभा आहे. सकाळपासून व्हिलनचे काम करणारा शेखर मेकअप करून ताटकळला आहे. आता साडेपाच तासांच्या कंटाळवाण्या वेळेनंतर तो सेटवर येणार आहे.

मँगोलाची बाटली बाजूला होते. तोंडातला पाईप दूर करत चंद्रशेखर सिच्युएशन सांगू लागतात.

''ह्या ठिकाणी तुम्ही बसला आहात. दारावरची बेल वाजणार. तुम्ही उठायचं – दार उघडायचं. तुम्हाला भेटायला डॉक्टर आलेले आहेत. क्षणभर तुमच्या चेहऱ्यावर नाराजी, नाखुषी. नंतर ओढूनताणून आणलेलं हसू! डॉक्टर तुमच्याकडे बघतात आणि एकदम तुमच्यावर आरोप करायला सुरुवात करतात. तुम्ही स्तंभित होता. तुम्हाला काय बोलायचं ते कळत नाही. क्षण

दोन क्षण तुमच्या चित्तवृत्ती बधीर होतात. कालांतराने आपल्यावर काहीतरी लादलं जात आहे ह्याची तुम्हाला जाणीव होते. मग तुम्ही चिडून उठता आणि...''

''थांबा, मला जरा शंका आहे. एखाद्या व्यक्तीवर जर खोटा आरोप आला तर ताबडतोब चिडून उठेल, असं नाही का?''

''लगेच चिडणार नाही.''

''मला ते पटत नाही.'' अंजली निग्रहाने म्हणाली.

''ठीक आहे. आपण ह्यावर नंतर विचार करू. आज पुढचा सिक्वेन्स घेऊ.''

चंद्रशेखर चिडतील असं सगळ्यांना वाटलं; पण ते शांत होते. त्यांनी अंजलीला शांतपणे सांगितलं,

''तुम्ही गेलात तरी चालेल. मी आता शेखरबाबूंचं थोडं काम घेतो.''

सिनेरिओ रायटर केशवन् चटकन पुढे झाला. ह्यानंतर ह्याच सेटवर दुसरं काय घेता येईल ह्यावर चर्चा सुरू झाली.

संध्याकाळी साडेसात वाजता चंद्रशेखर-अंजली आपल्या बंगल्यावर आली. चारच महिन्यांपूर्वी त्या दोघांचा प्रेमविवाह झाला होता. प्रेमात सर्व क्षम्य! प्रेमात पडलेल्या माणसाला सगळ्याचा विसर पडतो. त्याप्रमाणे अंजलीचा काहीसा हेकट स्वभाव चंद्रशेखर विसरले होते. चंद्रशेखरांचं वय अंजली विसरली होती.

दोघंजण संसारात रमली होती.

चंद्रशेखर यशाच्या एकेक पायऱ्या चढत होते. त्यांच्या प्रत्येक नवीन कलाकृतीत खरोखरच काहीतरी नवीन असायचं. त्यांच्या यशाचं गमक त्यांच्या वृत्तीत, नटाच्या स्वभावाशी एकरूप होण्यात आणि कथेचा आत्मा कशात आहे, हे ओळखण्यात होतं. कथेतला कोणताही प्रसंग जेव्हा त्यांना त्यांच्या सद्सद्विवेकबुद्धीला पटत असेल तेव्हाच ते तो मानीत असत; पण केवळ एवढ्यावरच थांबून त्यांचं समाधान होत नसे. भूमिका करणाऱ्या नटालाही त्यामागचा कार्यकारणभाव समजायला हवा, हा त्यांचा हट्ट असे. नटाला तो आपण होऊन न समजल्यास ते तो समजावून सांगत. तेवढी हातोटी त्यांना साधली होती. अभिनय शिकून येत नाही, तो उपजत असावा लागतो. दिग्दर्शक तो फक्त किती कमी अगर किती प्रखर असावा एवढंच सांगू शकतो आणि असा उत्स्फूर्त अभिनय होण्यासाठी प्रसंग मनावर बिंबायला हवा, वगैरे स्वरूपाची त्यांची ठाम मतं होती. म्हणूनच त्यांनी घेतलेले सर्व प्रसंग समर्पक

व परिपूर्ण वाटत!

आज अंजलीने शंका उपस्थित केल्यावर त्यांनी म्हणूनच काम थांबवलं होतं. माणसाचं मन आघात घ्यायला तेवढं संवेदनक्षम नसतं. हल्ला सहन करण्यासाठी त्याला थोडी पूर्वतयारी लागते. ही पूर्वतयारी होईपर्यंत साहजिकच थोडासा वेळ मध्ये जातो, तेवढ्या वेळात आपल्यावर काही अन्याय झाला आहे, ह्याची मनाला जाणीव होते. मगच ते बंड करून उठतं आणि होणारी प्रतिक्रिया बोलण्यावाटे वा रडण्यावाटे प्रगट होते; पण ही स्थित्यंतरं अंजलीला मान्य नव्हती. तेवढ्यासाठी शूटिंग थांबवलं चंद्रशेखरनी!

दुसऱ्या दिवशी सकाळी महत्त्वाच्या कामासाठी बाहेर जाईपर्यंत चंद्रशेखर आणि अंजली ह्यांचं ह्या विषयावर बोलणं झालं नाही.

बाहेरचं काम संपवून घरी परतायला चंद्रशेखरला दुपारचे दोन वाजले. आल्याबरोबर अंजली म्हणाली,

"तुम्ही गेलात आणि पाटील येऊन गेले."

"मला माहीत आहे ते."

"भेटले तुम्हाला?"

"छे, माझा आपला एक तर्क."

"फारच अप्रतिम स्केचेस बनवलीत पुढच्या सेटची."

"माहिती आहे."– चंद्रशेखर तुटकपणे म्हणाले.

"पाहिलीत तुम्ही माझ्याआधी?"

"ते कसं शक्य आहे?"

"मग?" अंजलीने आश्चर्याने विचारलं.

"तुझ्याआधी मी कसं बघणार? पाटलांनी दाखवायला तर हवीत? कंपनीचा मालक मी. डायरेक्टर मी आणि स्केचेस दाखवली जातात तुम्हाला आमच्याआधी!"

"अहो पण, तुम्ही आज घरात नाहीत हे त्यांना माहीत नव्हतं. अगदी सहज आले होते ते."

"मला समजतात ही नाटकं! ह्या गोष्टी काय आम्ही केल्या नाहीत आमच्या आयुष्यात? मी केव्हा बाहेर जातो, कुठे जातो, केव्हा परततो, हे सगळं माहीत असतं. माझंच चुकलं. मीच ह्याची अपेक्षा करायला नको. आमचं वय. आम्ही तेव्हा विसरलो, पण आता ते जिथे तिथे असंच मधे येणार, तरुण पत्नी आणि म्हातारा नवरा ह्या समीकरणातून असलीच गणितं निर्माण होणार!"

– ह्या भलत्याच आरोपामुळे अंजली दिङ्मूढ झाली. तिची संवेदनशक्ती बधीर झाली. ती शेजारच्या कोचावर कोसळलीच. तिचा स्वत:च्या कानांवर विश्वास बसेना. आणि दोनच मिनिटांनी ती चवताळलेल्या वाघिणीसारखी उभी राहिली, तेवढ्यात चंद्रशेखरनी तिला पाठीमागून विळखा घातला. आपल्या मिठीत तिला गुदमरून टाकीत ते म्हणाले, ''काल मी हेच सांगत होतो, माणूस ताबडतोब उसळत नाही!''

माणसाला केवढ्या जागेची गरज आहे

रविवार असून सदानंद सूर्योदयापूर्वी उठला. त्याची बायको रोजच लवकर उठायची. सदानंदला लवकर उठलेला पाहून तिला नवल वाटलं.

"इतक्या लवकर?" तिनं अचंब्यानं विचारलं.

"हो. तसंच महत्त्वाचं काम आहे."

"नेहमीचंच असेल!"

"हो. आज एका दलालानं कबूल केलंय."

"तुम्हाला सांगू का मी एक गोष्ट?"

– सदानंदनं ह्या प्रश्नावर नुसतंच प्रश्नार्थक पाहिलं बायकोकडे. तिनं बोलायला सुरुवात केली. "आपली जागा ही एवढीशी आहे – पण हरकत नाही. काय वाईट आहे ही जागा? आपण सुखी आहोत."

"छे, हे काय जीवन आहे? खुराड्यातल्या कोंबड्यादेखील आरामात राहू शकत असतील आपल्यापेक्षा. ते काही नाही, ही जागा बदलायलाच हवी. नवी शोधायला हवी."

"तुम्ही माझं ऐकणार नाही हे मला माहीतच होतं. आतापर्यंत काय कमी पैसे घालवले का जागा शोधण्यात? आजच्या काळात एक वेळ परिस सापडेल; पण जागा नाही सापडायची."

"हो, पण आज तसं होणार नाही. रामलाल दलाल – फार लाख माणूस आहे. त्याने आतापर्यंत अनेकांना जागा मिळवून दिल्या आहेत. परवाच आमच्या ऑफिसात आला होता. त्याला मी जागेची अडचण सांगितली."

"पहा बाई. मला तर दलाल लोकांची भीतीच वाटते. सांभाळून वागा. फसू वगैरे नका."

"छे छे! फसतोय कसला?"

सदानंदाने मग घाईघाईनं आंघोळ उरकली. बायकोनं विचारलं,

"निघण्यापूर्वी काही खाणार का? सांगाल ते तयार ठेवते.''

"नको. वेळ नाही. सूर्योदयापूर्वी मला हजर व्हायचं आहे.''

"मला सांगा तरी काय प्रकार आहे तो.''

"ते सगळं आल्यावर सांगेन. एकदम ब्लॉक पाहायला चल; असंच सांगायला येणार आता.''

"बरं; पण किती वाजता येणार?''

"तेही सांगता येत नाही, कुठे कुठे हिंडावं लागणार ते आता कसं सांगू?''

– सदानंदची बायको फार काही बोलली नाही; पण आज मामला पार निराळा आहे एवढं तिनं ओळखलं होतं आणि जास्त प्रश्न विचारलेलेही खपणार नाही, ह्याची तिला अनुभवानं कल्पना होती.

दिलेल्या स्थळी सदानंद हजर झाला. रामलाल व त्याचा एक सहकारी तत्पूर्वी तिथं हजर होते. सदानंदला पाहाताच रामलाल म्हणाला,

"या. म्हटलं येताय की नाही?''

"वा! जागा आहे म्हटल्यावर कोण येणार नाही?''

"ते बरोबर आहे. पण माझ्या योजनेवर कुणाचा विश्वासच बसत नाही.''

"योजना तशी आहे – ह्यातदेखील शंका नाही. तेव्हा विश्वास न ठेवणाऱ्या लोकांना दोष देण्यात काही अर्थ नाही.'' सदानंद म्हणाला.

"तुम्हाला आता प्रत्यक्ष जागा मिळाली म्हणजे मग लोकांची झुंबडच्या झुंबड लोटेल.'' रामलाल हसून म्हणाला.

"हो. खरं आहे.''

"बरं, तुम्ही आता सुरुवात करा. सूर्योदय होत आहे. आमच्या अटी लक्षात आहेत ना?''

– सदानंदाने मान हलवली. 'शंभर रुपये आणलेत? तुमच्या नावाची पाटी आणलीत?'

"दोन्ही आणले आहे.''

"ठीक आहे. तुम्हाला परत एकवार अट सांगतो. तुमच्यासमोर हा रस्ता दिसतोय, त्या रस्त्यावर नवीन वसाहत झाली आहे. एका फर्लांगावर पहिली इमारत आहे आणि नंतर ओळीनं इमारती आहेत. प्रत्येक इमारतीत जागा आहे. खोल्या आहेत. ब्लॉक्स आहेत. भाडं किती भरावं लागेल ह्याचा आकडा दरवाजावर सापडेल. कोणत्याही ब्लॉकला कुलपं नाहीत. जागा पाहताना

तुम्हाला कोणीही हटकणार नाही. जी जागा तुम्हाला मनापासून आवडेल त्या जागेच्या दरवाजावर तुम्ही स्वत:च्या नावाची पाटी लावायचीत, ती जागा तुमची. पागडी नाही. डिपॉझिट नाही. ओनरशिप बेसिस नाही. काही नाही. मनपसंत जागा सापडेपर्यंत तुम्ही हिंडू शकता. कितीही इमारती पाहू शकता. अट फक्त एकच! जागा पसंत करून तुम्ही सूर्यास्तापूर्वी इथं परत यायला हवं. सूर्यास्तापूर्वी तुम्ही येऊ शकला नाहीत तर तुमचा-आमचा देण्याघेण्याचा काही व्यवहार नाही. समजलं?''

सदानंदनं मान हलवली.

पूर्वेच्या दिशेला सूर्यबिंब दिसू लागलं.

''तुम्ही निघू शकता.''

उगवत्या सूर्यबिंबाला अभिवादन करीत सदानंदनं रामलालचा निरोप घेतला. समोर नुकताच उगवलेला सूर्य, निरभ्र आकाश, डाव्या हाताला समुद्र, उजव्या हाताला रुंद फूटपाथ – इमारती आणि ओळीनं लावलेली झाडं! प्रसन्न मन:स्थितीत सदानंद चालू लागला. मनातल्या मनात स्वत:च्या स्वप्नसृष्टीत त्याने आपल्या ब्लॉकचं चित्र कैक वेळा रंगवलं होतं. त्या चित्राची पूर्तता प्रत्यक्ष दिसेपर्यंत तो आज हिंडणार होता.

रामलालच्या सांगण्याप्रमाणे फर्लांगावर लागलेल्या पहिल्या इमारतीत सदानंद शिरला. नाही म्हटलं तरी त्याची मन:स्थिती बावरलेली होती. चमत्कारिक अवस्थेत तो जिना चढायला लागला. पहिल्याच मजल्यावर त्याला एक गृहस्थ भेटला. सदानंदकडे रोखून पाहत त्यानं विचारलं,

''तुम्हाला रामलालनं पाठवलं ना?''

उल्हसित होत सदानंद म्हणाला, ''होय.''

''ती कोपऱ्यावरची खोली रिकामी आहे. चला दाखवतो.''

त्या अनोळखी व्यक्तीनं खोली उघडून दाखवली.

ती फक्त एकच खोली होती. सदानंदच्या सध्याच्या जागेएवढाच तिचा आकार होता, जास्त वेळ न थांबता सदानंदनं दार लावून घेतलं आणि त्या गृहस्थाला तो म्हणाला,

''ह्या जागेपेक्षा माझी सध्याची खोलीच चांगली आहे. लहान आहे पण एवढं चालावं लागत नाही.''

''तुम्ही पुढे पाहा ना. चिक्कार जागा रिकाम्या पडल्या आहेत. मनसोक्त हिंडा, मनसोक्त पाहा. दरवाजावर 'आर' असं लिहिलेलं दिसलं की तो ब्लॉक, जागा पाहत जा.''

– त्या गृहस्थाचे आभार मानीत सदानंद खाली उतरला.

दुसऱ्या इमारतीत जागा तळमजल्यावर होती. जिना चढायचा नसला म्हणजे जाता-येता अनेक मित्र, नातेवाईक उगीचंच डोकावतात हा सदानंदाला अनुभव होता. म्हणून ती जागा न पाहता तो तसाच पुढं गेला.

तिसऱ्या इमारतीत दुसऱ्या मजल्यावर दोन खोल्या होत्या. बाहेरची खोली चांगली होती, पण स्वयंपाकघर फारच लहान होतं. विमल परत कुरकुर करणार. भाडंही पस्तीस रुपये आहे. आपण पन्नास-साठ रुपयांपर्यंत भाडे भरू शकतो. आणखीन मोठी जागा पाहावी.

चौथ्या इमारतीतील जागा बरी होती. भाडंही परवडण्यासारखं होतं. पण इतर बिऱ्हाडांतून सगळी इतर जातींची बिऱ्हाडं होती. म्हणजे कधी अडचणीला काही लागलं तर पंचाईत. त्याशिवाय इतरांच्या चालीरीती व आपल्या – ह्यात फार फरक. नकोच ते!

पाचव्या इमारतीत बाकी सर्व मनासारखं होतं. पण जागा रस्त्याच्या बाजूला नव्हती. आतल्या बाजूला होती. चौकाच्या बाजूला स्वयंपाकघर होतं. इतर बिऱ्हाडातल्या लोकांना खिडकीतून कचरा फेकायला चांगलाच वाव होता. म्हणजे मग घाणही वाटणार आणि त्याची दुर्गंधी पण येणार. म्हणजे पुन्हा विमल नाखूष! पंचावन्न रुपये भाडं भरायचं आणि मग दिवसभर ब्लॉकमध्ये उदबत्त्या लावीत बसायचं. कॅन्सल! कॅन्सल!

मधल्या दोन-तीन इमारती सदानंदनं सोडूनच दिल्या. त्यानंतर एक मोठे पटांगण आले. पुढची इमारत बरीच लांब होती. सदानंदला एकदा वाटलं की बस् झाली चिकित्सा. काय उगीच वणवण हिंडायचं? पुन्हा एवढंच अंतर कापून रामलालला भेटायचं. सहज त्याने घड्याळाकडे पाहिलं. ऊं! आता कुठे साडेदहा वाजत होते. अजून दीड तास चालायला वाव आहे, तेवढाच वेळ मग उलट चालायचं. ठीक आहे. चालू या! उगीच तासाच्या अंतरावर एखादा चांगला ब्लॉक नको हातचा जायला.

इमारतीचा जिना चढण्यापूर्वी सदानंदला विश्रांती घ्यावीशी वाटली. पण परत तो म्हणाला, "वर एकदम ब्लॉकमध्येच विश्रांती घ्यावी."

ब्लॉक मस्तच होता. नावं ठेवायला जागा नव्हती. भाडं सत्तर रुपये होतं. म्हणजे बजेटपेक्षा दहा रुपये जास्त होतं. पण हरकत नव्हती त्यालाही. 'इंक्रिमेंट' तीनच महिन्यांवर आलंय. मग नाही जड जाणार! आनंदानं 'हलकाफुल्ल' होत सदानंदनं खिडकी उघडली. आणि तेवढ्यात त्याच्या कानावर आवाज आला,

"अय्या! नवीन बिऱ्हाड आलं बरं का शके."

सदानंदनं दचकून समोर पाहिलं आणि समोरच्या बिऱ्हाडातली बाई एकदम

खिडकीपासून दूर झाली.

"म्हणजे काय? – दुसरा ब्लॉक एवढा जवळ! छान! म्हणजे ह्या ब्लॉकला काही प्रायव्हसीच नाही! जरा विमलला जवळ घ्यावी असं वाटलं तर तसं काही करायची सोय नाही.

"नो नो! आय कांट अ‍ॅफोर्ट टू लूझ प्रायव्हसी!"

सदानंद वेडापिसा झाला. प्रत्येक जागेत काही ना काही अडचण होती. दोष होता. त्याकडे दुर्लक्ष करावं म्हणून चालणार नव्हतं. विमलच काय, पण कुणीही म्हटलं असतं, की एवढा खर्च करून, एवढ्या लांब राहायला येऊन ही गैरसोय फार आहे.

कोपऱ्यावरच्या हॉटेलात सदानंदनं थोडं खाऊन घेतलं. पाणी पिऊन ढेकर देऊन तो जेव्हा परत रस्त्यावर आला, तेव्हा दुपारचे पावणेदोन वाजत होते. आता निवड करायला हवीच होती. दिवस थोडा राहिला होता. जागा पसंत पडली नव्हती. ऊन रणरणत होतं. फूटपाथ तापत होते. अंग घामानं निथळत होतं. गात्रं थकली होती आणि अशा अवस्थेत परत तेवढंच अंतर कापायचं होतं. नाहीतर करार फिसकटणार होता. शंभर रुपये पाण्यात जाणार होते. विमल दम भरणार होती. आता त्यानंतरच्या पंधरा इमारती सोडून द्यायच्या. सोळाव्या इमारतीत असेल ती जागा स्वीकारायची.

पाच खोल्यांचा प्रशस्त ब्लॉक होता. चौथ्या मजल्यावर होता. लिफ्ट होती. चोवीस तास नळ होता. वीज होती आणि भाडं होतं. एकशेपाच रुपये. काम उडीच्या बाहेर होतं. आणि सर्वांत मोठा दोष म्हणजे – पोटभाडेकरी घ्यावा म्हटलं तर स्वतंत्र दरवाजा नव्हता.

बस आता शेवटची बिल्डिंग.

पुढच्या इमारतीत हवा तसा ब्लॉक होता. तेवढ्याच खोल्या. त्याच सोयी. स्वतंत्र दरवाजे. पोटभाडेकऱ्याची सोय आणि मुख्य म्हणजे भाडे फक्त ९५ होते.

सदानंदला शेवटचा मोह झाला. आणखी पुढे गेलं तर भाडे कमी होत जाणार का?

तो तर्क खरा ठरला.

आणखीन तीन इमारती सोडून पुढे गेल्यावर ह्याच सोयीसकट भाडे फक्त पासष्ट रु. असलेली जागा होती.

सदानंदने नावाची पाटी दरवाजावर लटकावून टाकली. लिफ्टने तो खाली आला.

त्यानं पश्चिमेकडे पाहिलं. सूर्य मावळतीकडे झुकत होता. बस. एवढे अंतर सहज तोडू. काही वेळ चालावं. आहे काय अन् नाही काय!

सदानंदच्या पायात पेटके येऊ लागले. अजून अफाट रस्ता समोर राक्षसासारखा पसरला होता.

सदानंद धावतच होता. थांबत होता. पुन्हा जीव खाऊन पळत होता. पोटऱ्यात पेटके येत होते, पण थांबण्याची सोय नव्हती. पोटात आता अन्नाचा कण राहिला नव्हता. भुकेनं वखवख पडली होती. एक हात पोटावर धरीत सदानंद पळत राहिला.

फर्लांगावर रामलाल उभा होता. ऑफिसातला एक सहकारीही शेजारी होता. त्याला जागा अशीच मिळाली होती. आता थोडं राहिलंय. सदानंद पळत होता; पण आता पाय थकले. शरीर थकलं. घेरी येऊन तो रस्त्यावर पडला. रामलाल व सहकारी ओरडत होते. उत्तेजन देत होते. नेट लावून सदानंद उठला. पुन्हा धावू लागला; पण व्यर्थ!

सूर्यबिंब – समुद्राच्या आड – क्षितिजाजवळ बुडालं आणि त्याच वेळेला सदानंद खाली कोसळला.

सदानंदच्या मृत देहाजवळ येता येता रामलाल म्हणाला, ''मित्रा, तुझी जिन्याजवळची खोलीच तुला पुरेशी होती!''

∎

बिझनेस

''**तो** ना? तो विमाएजंट आहे!''

''शक्यच नाही! मी सांगतो, तो प्रेस-फोटोग्राफर आहे!''

''अरे, जा! तुमचं दोघांचंही चुकलं! तो कुणीतरी सिने-पब्लिसिटीवाला आहे!''

– माझ्याबद्दल असे बरेच तर्ककुतर्क होते लोकांत! मलाही त्याची खूप मौज वाटायची. माझ्याबद्दल असे तर्ककुतर्क लढविण्यात लोकांची तरी काय चूक होती? कारण लोकांना मी कोणत्याही ठिकाणी दिसायचो. इतके दिवस मी त्यांना पायी चालताना दिसत होतो, आता अलीकडे 'स्कूटरवरून' हिंडताना दिसतो, एवढाच फरक! आणखी एक फरक म्हणजे हल्ली प्रत्येक वेळी माझ्याबरोबर स्कूटरच्या मागच्या सीटवर कुणी ना कुणी पोरगी असते. प्रत्येक वेळेला नवी! मग लोकांची वक्रदृष्टी माझ्याकडे वळली नसती तरच नवल!

काहींनी डॉलीला माझ्याबरोबर स्कूटरवर पाहिलं आहे. ही डॉली भलतीच मनमोकळी! चक्क माझ्या कमरेभोवती हात लपेटून बसते! बघ्ये लोक तिच्या खिजगणतीतच नाहीत! दुसरी ल्यूसी. ही जरा संकोची वृत्तीची आहे. ती मोठा हिय्या करून फार तर खांद्यावर हात ठेवते.

तिसरी मार्था. ही डॉलीचीच सुधारून वाढवलेली आवृत्ती! तिच्याइतके मऊ केस कुणाचेच नाहीत. माझ्या कानाशी तोंड करून ती लाडिकलाडिक बोलते, तेव्हा तिच्या काही बंडखोर बटांचा स्पर्श माझ्या कानशिलाला अनेक वेळा झालेला आहे. त्या स्पर्शावरून मी ठामपणे सांगू शकतो, की अगदी माझ्या होऊ घातलेल्या बायकोचे – सुनीतीचेही केस इतके मऊ नाहीत. अर्थात् सुनीतीलाही मी हे सांगितलेलं नाही. नाहीतर ती भलतीच खवळेल! आफत्! या ख्रिश्चन पोरींच्या मानानं आमच्या महाराष्ट्रीयन मुली भलत्याच सोवळ्या! अगदी तसाच प्रसंग आल्याखेरीज फुकटसुद्धा कुणाच्या स्कूटरवरून हिंडायच्या

नाहीत! माझ्या स्कूटरला आतापर्यंत फक्त तीन महाराष्ट्रीयन भगिनींनी आश्रय दिला आहे. मी अगदी मोजून सांगू शकेन! एकदा कुमारी अचला आपटेनं. दोनतीनदा सौ. ललिता देशपांड्यांनी – त्या तर अशा अंग चोरून बसायच्या, की मागच्या मागं पडल्या नाहीत हेच नशीब! अन् तिसरी!–

तिसरी किशोरी! हिची ऐट काही औरच! जितकी ऐटबाज तितकीच निष्पाप अन् भाबडी. परवा तिनं मजाच केली. स्कूटरवरून उतरल्याबरोबर सरळ माझ्या गालाला हात लावलान् भर रस्त्यावर! अन् म्हणते कशी, 'दाढी छान झाली आहे आज!'

घाबरू नका! ही किशोरी फक्त सात वर्षांची आहे!

याखेरीज, पण जाऊ द्या! अशी नावं तरी किती जणींची सांगणार? लोक मला गोकुळातला कृष्णच समजू लागले आहेत! साहजिकच यातल्या पुष्कळ लोकांना माझा मत्सरही वाटतो.

त्यामुळंच परवा मला 'मेट्रो'पाशी अपघात झाला तेव्हा खूपजणांना बरं वाटलं असेल! तरी भाग्यच म्हणायचं! अपघात झाला, तेव्हा मी एकटाच होतो. डॉली, ल्यूसी, मार्था किंवा ललिता यांपैकी कुणीही मागं बसलेली नव्हती. कुणी असतीच तर परत दृष्टीला पडली नसती!

म्हणून म्हणतो, खरोखरच मी भाग्यवान्! उगीच नाही लोक माझा हेवा करीत!...

आँ? दार वाजलं वाटतं! मी पडल्या पडल्याच ओरडलो, "आत या! दार उघडंच आहे!"

एक अनोळखी चेहरा प्रथम नुसता दाराच्या फटीतून आत डोकावला. मी पलंगावर पडलेला पाहून त्यानं हळूच एकदा शीळ घातली आणि मग तो तडक आत आला. थोडा वेळ तो माझं निरीक्षण करीत तसाच उभा राहिला. माझा डावा पाय जायबंदी झाल्यानं लाकडी फळकुटानं बांधलेला होता. तेव्हा उठून बसून शिष्टाचार पाळणं मला शक्यच नव्हतं. पांढरी स्वच्छ 'नॅरो बॉटम्' पॅन्ट – कमरेच्याही खाली बांधलेली, कमरेभोवती काळा कुळकुळीत बोटभर रुंदीचा पट्टा, अंगात चट्टेरीपट्टेरी शर्ट, तोंडात पान, केस अस्ताव्यस्त – असा तो 'रोड रोमिओ' अजून निरखून पाहात होता.

"कृष्णकुमार कोण?" त्यानं कुर्‍यातच विचारलं.

"मीच. आपण?" मी जरा अचंब्यानं विचारलं.

"त्याच्याशी तुम्हांला कर्तव्य नाही." व्हिलनप्रमाणे केसांचा झुबका मानेच्या

झटक्यानंच मागं सारीत तो म्हणाला.

"महाराज, आपण माझ्याकडे आला आहात, तेव्हा मला आपल्याशी कर्तव्य नाही का?" मी जरा नाटकी थाटात विचारलं!

मला वाटलं, तो खजील होईल; पण तो पक्का निगरगट्ट दिसला.

तो कुर्‍यातच म्हणाला, "आता तुम्हांला माझ्याशीच कर्तव्य आहे."

सकाळच्या वर्तमानपत्रात एखादा वेडा मोकळा सुटल्याची बातमी वाचल्याचं मला आठवेना. पुन्हा एकदा वर्तमानपत्र उघडून बघावं असं मला वाटू लागलं. पण जागचं हलणं अशक्य होतं. मी त्याच्याकडे नुसता मुखस्तंभासारखा पाहात राहिलो.

'बावळटासारखा काय पाहात राहिला आहेस? मी काय म्हणतो ते नीट ऐक. माझा खाक्या फार वेगळा आहे! माझ्या मार्गांत कोणी आडवा आला तर त्याला मी तिथल्या तिथे हाणीत असतो! ...तेव्हा हे लक्षात घेऊन तू काय ते बोल. तू डॉलीचा नाद सोडणार की नाही?"

मला एकदम मजा वाटू लागली. घरबसल्या करमणूक चालून आली होती. 'रोड-रोमिओ'चं अवसान मी ओळखून होतो. असले लोक नुसते वाचावीर असतात!

"तुला त्याच्याशी काय करायचं आहे?" मी जरा त्याला दमातच विचारलं.

"वा वा! आमची 'लाईन' आहे तिच्यावर!"

"आमची?"

"आमची म्हणजे माझी!" स्वत:च्या मालकीच्या एखाद्या कायदेशीर मालमत्तेबद्दल बोलावं तसा तो बोलत होता.

"मग माझी पण का नसावी?" मी अगदी सहज विचारलं.

"मला भागीदार नको आहेत. बऱ्या बोलानं तुम्ही डॉलीचा नाद सोडणार की नाही ते सांगा."

"खरं सांगायचं म्हणजे मी काही तिच्यामागे नाही."

"वा:! तू तर तिला स्कूटरवरून फिरवतोस!"

"हो ना! पण मी स्कूटरवर बसून स्कूटर चालवतो अन् 'ली' मागे बसते. ह्यावरून तीच माझ्यामागं आहे असंच नाही का सिद्ध होत?" मी स्पष्टीकरण केलं.

"ली कोण?"

"ली म्हणजे डॉली. मी तिला नुसतंच 'ली' म्हणतो. अन् तिलाही ते आवडतं! तर काय म्हणत होतो मी, – लीच माझ्यामागं आहे!"

“हे बघ, तू शब्दांची कसरत केलीस तर मी माझ्या हातांची कसरत करून दाखवीन! माझ्या हाती जो जो सापडला आहे तो तो आपला एकेक अवयव गमावून बसला आहे. तेव्हा विचार कर. आणि हे बघ, तिला ‘ली’ वगैरे काही म्हणायचं नाही!” हाताच्या बाह्या वर सरकवण्याचा आविर्भाव करीत तो म्हणाला.

“तूच तिचा नाद सोड! तुझी जात कोणती? तिची कोणती? आपल्या संस्कृतीला हे पेलणार नाही.” मी जणू त्याची समजूत घालीत असल्यागत म्हटलं.

“मला उपदेश करतोस?” असं म्हणत तो माझ्या अंगावर धावून आला.

मी शांतपणे म्हणालो, “बरं झालं, जवळ आलात ते! जरा मला एवढा पाय उचलायला मदत करा.” खाली लोंबकळत ठेवलेल्या पायाकडे बोट दाखवीत मी म्हणालो.

तो थबकला. इष्ट तो परिणाम झाला होता!

“काय झालं हो?” त्यानं विचारलं.

“अपघात!”

“कधी? कुठे?”

“काल. मेट्रोपाशी.”

“नशीब! त्या वेळी माझी डॉली तुमच्यामागं बसलेली नव्हती!”

“खरोखरच नशीब!” मी मनापासून म्हणालो.

त्यानं जरा नाराजीनंच का होईना, माझा पाय वर उचलून ठेवला. त्याचा आवेश आता जरासा ओसरला होता. तरी तो गुरगरत म्हणाला, “पुन्हा एकदा सांगतो –”

त्याला मध्येच अडवीत मी म्हणालो, “एवढा पाय बरा होऊ दे, म्हणजे तोपर्यंत कोणता अवयव गमवायचा याचा मी विचार करून ठेवीन.”

“ह्याचा अर्थ तू डॉलीचा पिच्छा सोडणार नाहीस, हाच ना? ठीक आहे! पाहून घेईन!...”

– तोच दरवाजा वाजला आणि आणखी एक अनोळखी चेहरा आत डोकावला. पाठोपाठ चेहऱ्यासकट सगळा देह दारातून आत येऊन ठाकला. आणखी काही वेळ आपली करमणूक होणार, हे मी ओळखलं. ह्या स्वारीचा पेहराव साधाच, पण नीटनेटका होता.

“स्कूटरवाले तुम्हीच का ते?” आत येताच स्वारीनं संथपणे विचारलं.

“होय मीच. माझं नाव कृष्णकुमार.”

“ठीक. मी भिडे.” असं म्हणत राजश्रींनी माझ्यासमोर खुर्चीवर आसन

ठोकलं.

"हे तुमचे भाऊ का?'' त्यानं त्या रोड-रोमिओकडे पाहात मला विचारलं,

"माझ्यात आणि यांच्यात काही साम्य दिसतंय का?'' मी उलट विचारलं.

"जाऊ दे! आपल्याला तेवढा 'सेन्स' नाही. मला तुमच्याशी काही प्रायव्हेट बोलायचंय्! तेव्हा –''

"यांच्यासमोर बोललात तरी चालेल. संकोच करू नका.''

"ऑल राईट! तुम्हाला मार्था माहीत आहे का?''

"कुठली?''

"भायखळ्याची.''

"हां हां! ती होय?''

"एस्. एस्. तीच!''

"बरं मग?''

"ती हल्ली तुमच्याबरोबर फिरते.''

"आपली मुलगी का ती?''

"नॉनसेन्स! काहीतरी बोलू नका. नुसत्या माझ्या पिकल्या केसांवर जाऊ नका!'' तो किंचित रागानं म्हणाला.

मी नुसताच हसलो.

"तुम्ही तिचा नाद सोडून द्या!'' भिडे जरा दरडावणीच्या स्वरात म्हणाला.

आता तो रोड-रोमिओ हसला.

"का हो? तुम्ही का हसलात?'' भिड्यांनी रोड-रोमिओकडे आपला रोख वळवला.

"मी पण ह्यांना तेच सांगायला आलो होतो.''

"तुमचं 'रिलेशन' काय मार्थाशी?'' भिड्यांनी त्याच्याकडे जास्त रोखून पाहात विचारलं.

– आता पुन्हा मी हसलो.

"प्रत्येकाचा तुमच्या मार्थाशी संबंध आहे असं वाटलं काय तुम्हांला? ती तुमची मार्था नकटी का तिरळी, मला माहीतसुद्धा नाही. मी ह्यांना माझ्या डॉलीबद्दल तंबी द्यायला आलो होतो. चांगलं बडवूनच काढणार होतो. तेवढ्यात तुम्ही आलात. काही हरकत नाही. तुम्ही अगोदर उरकून घ्या! तुमची-आमची एकच व्यथा आणि एकच कथा आहे!'' रोड-रोमिओ खिशातून सिगरेट काढीत म्हणाला.

"छे: छे:! असं भलतंच मी काही करणार नाही आणि तुम्हांला पण करू देणार नाही! हो, त्याचा काय नेम? तुम्ही यांना बडवाल आणि मागून माझं

नाव घ्याल.''

''बिलकूल झूट!'' रोमिओ पेटी शोधण्याचं नाटक करीत म्हणाला. असले लोक पेटीचा खर्च स्वत: कधी करीत नाहीत, हे मला माहीत होतं.

''माय फ्रेंड, लायटर त्या ड्रॉवरमध्ये आहे.'' मी सुचवलं.

''थँकस!'' टेबलाकडे जात रोमिओ म्हणाला.

''मग अगोदर तुम्ही 'मी ह्याला बडवलं' असं मला कागदावर लिहून द्या. मग बडवा पाहिजे तर किती ते! ...हो! आपण बुवा ह्या बाबतीत फार पर्टिक्युलर असतो. अगदी पर्फेक्टली लीगल!'' भिडे पँट सावरीत म्हणाले.

''मूर्ख आहात झालं!'' सिगरेट शिलगावीत रोमिओ म्हणाला. ''असल्या गोष्टी नेहमी गुपचूप करायच्या असतात, हे पण माहीत नाही ना तुम्हांला? तुम्ही याचा काय कपाळ बंदोबस्त करणार?''

''हे पाहा मिस्टर, माझ्या पोलीसखात्यात फार वरच्या माणसांबरोबर ओळखी आहेत! नाही, असे दचकू नका! मी वाट्टेल त्याची नावं नाही सांगत त्यांना. 'आय विटनेस' पाहिजे. मग मी असल्या छप्पन कृष्णकुमारांचा बंदोबस्त करीन. काय समजलात?''

''भ्रम आहे भ्रम! अहो, पोलीसखातं जागं होईपर्यंत तुमची मार्था कुठल्या कुठं पळवील हा! तोपर्यंत तिला चार मुलं होतील आणि तुम्ही बसाल जन्मभर हात चोळीत!''

''बिलकूल नाही. माझं लग्न झालेलं आहे. मी असल्या भानगडी कधी वाढवणार नाही. आपण बुवा पोझिशन सांभाळून वागतो. जे काय करायचं ते सगळं कसं कायद्याच्या मर्यादेत राहून. पर्फेक्टली लीगल!''

''काय हो, मग बायकोला फसवणं हेही पर्फेक्टली लीगलच आहे का?'' – मी मधेच तोंड घातलं.

''तुम्हांला माझ्या 'फॅमिली अफेअर्स'च्या चौकश्या काय करायच्यायत्? ते 'लीगल' नसलं तरी 'सेंटिमेंटल' आहे!'' भिडे एकदम चिडले आणि मग आपण ज्या कामासाठी आलो त्याची आठवण होऊन म्हणाले, ''मग तुम्ही मार्थाचा नाद सोडताय् की पोलिसात खबर देऊ?''

''अहो, कशाला हवाय् पोलीस? तुम्ही दरवाजाकडे लक्ष ठेवा. मीच ह्याला लंबे करतो. ह्याचा एक पाय जायबंदी झालेला आहे, तेव्हा माझ्यासारख्याला हा जड जाणार नाही!'' – रोमिओ सिगरेटची राख झाडीत म्हणाला.

''नाही, नाही. तेवढं मात्र तुम्हाला करू देणार नाही. मी आपली पोलिसात खबर देणार! कृष्णकुमार! मग काय करू? सांगा. पोलिसांचं 'बॉदरेशन'

तुम्हांलाही बरं नाही आणि मलाही बरं नाही. तेव्हा –''

तोच पुन्हा दार वाजलं. इजा, बिजा आणि तिजा... आणि काय गंमत! ...आणखी एक अनोळखी माणूस आत आला. त्यानं आम्हा तिघांकडे आळीपाळीनं पाहायला सुरुवात केली.

''तुम्हांला स्कूटरवाले हवेत ना?'' रोड-रोमिओनं त्या नवागताला विचारलं. त्यालाही आता मजा वाटू लागली होती.

संधिवाताचं दुखणं असावं त्याप्रमाणे कण्हत तो नवागत म्हणाला, ''होय हो ऽऽऽ!''

''ते पाहा ते महाराज!'' – भिड्यांनी माझ्याकडे बोट दाखवलं. त्याबरोबर तो माणूस एकदम पुढं झाला आणि माझ्या पायाशी बसला. माझा पाय दुखावला. मी चेहरा वेडावाकडा केला.

''तुम्हांला मी एक विनंती करायला आलो आहे. असा चेहरा वाकडा करू नका मला बघून!''

''हे पाहा मिस्टर, माझ्या पायातून कळ आली, तुमचा धक्का लागल्यामुळं. म्हणून मी चेहरा वाकडा केला. तुमचं काय काम आहे? बोला.''

''ह्यांच्यासमोर कसं बोलू?'' तो कण्हत म्हणाला.

''खुशाल बोला, ते माझ्यापैकीच आहेत!''

''अरे देवा! म्हणजे तुमची अशी टोळीच आहे की काय?' तो पुन्हा विव्हळला.

''नॉनसेन्स! उगीच त्यांच्याबरोबर आमची नावं स्पॉईल करू नका!'' – भिडे.

''मग ठीक. हे पाहा स्कूटरवाले –''

''माझं नाव कृष्णकुमार!'' मी खुलासा केला.

''बरं कृष्णकुमार, माझं नाव देशपांडे. मला एक बायको आहे. ती कर्तबगार आहे. दिसायला छान आहे. माझा प्रपंच तीच चालवते सगळा! मी घरात बसून असतो. माझा तेवढा एकच आधार आहे हो! तेव्हा –''

''मुद्द्याला या!'' मी म्हणालो. मनातून मी त्याचा मुद्दा ओळखला होता आणि त्यालाही ओळखला होता. सौ. देशपांड्यांचा हा नवरा.

''यस्! कम् टू द पॉइंट!'' – भिडे.

''तेच सांगतोय मी.'' देशपांडे म्हणाले. ''माझी बायको हल्ली तुमच्याबरोबर हिंडते तुमच्या स्कूटरवरून. मी पाहिलेलं नाही. कारण मी फार क्वचित बाहेर पडतो. पण माझ्या कानावर आलं आहे हे! आणि ते खरं असल्याबद्दल माझी खात्री पटली आहे. मी बायकोला अजून विचारलेलं नाही.

अगोदर तुमच्याकडेच आलोय. तेव्हा असं करू नका हो!''

''अशी गयावया करू नका हो! मी पोलिसातच नाव कळवणार आहे यांचं.'' – भिडे.

''पोलीस कशाला हवाय्? मी इथंच धडा शिकवतो याला.'' – रोड-रोमिओ.

''नाही हो.'' देशपांडे कळवळून म्हणाले, ''हे पोलिसांचं काम नाही, किंवा गुंडांचंही काम नाही. तुम्ही काय फार तर आज ह्याला ठोकाल. तेवढ्यापुरता तो एका बाईचा नाद सोडील कदाचित; पण मग दुसरीचा धरील. पोलीस आहेत तोपर्यंत नीट वागेल! पुन्हा त्यांची पाठ वळल्याबरोबर पहिल्यासारखा वागेल. ते काही नाही. ह्याचं हृदयपरिवर्तन झालं तरच काही निभाव आहे. तेव्हा स्कूटर-नव्हे, आपलं कृष्णकुमार! हे असं बरं नाही. आपली आर्यसंस्कृती–''

''कशाला संस्कृतीचा बकवा करताय् उठसूठ? दहा रुपयांची नोट दाखवली की आपोआप नवी संस्कृती जन्म घेते!'' सुटाबुटातली एक रुबाबदार व्यक्ती आत येत म्हणाली. आणि गम्मत अशी की ही व्यक्ती पण मला अनोळखी होती. सगळेजण अभावितपणे उठून उभे राहिले. सर्वांवर नजर फिरवून नवागत सद्गृहस्थांनी ती भिड्यांवर स्थिर केली.

''कोण भिडे? तुम्ही? अन् इथे?''

''यस्, सर! या कृष्णकुमारांकडे आलो होतो.''

''ह्या माणसाशी तुमचा संबंध आहे? बरं झालं समजलं ते!''

''नो, सर! नॉट ॲट ऑल! ह्यांच्याशी कोण फ्रेंडशिप करील? मी ह्यांना वॉर्निंग द्यायला आलो आहे. आपली टायपिस्ट मार्था आहे ना? तिला हे सतावतात.''

''मग ते आणि मार्था बघून घेतील काय ते! तुम्ही कशाला मधे?'' सद्गृहस्थ ताडकन म्हणाले आणि भिडे चक्क लाजले!

''मिस्टर भिडे, हे बरं नव्हे! तुम्ही कुटुंबवत्सल गृहस्थ आहात. शेजारच्या टेबलावरच्या गृहस्थानं तुमच्याकडे नुसती काही 'इन्क्वायरी' केली तर तुम्ही लगेच 'मेमो' मागता आणि इकडे हे उद्योग?''

''नो, सर!''

''नो, सर, काय?''

''येस्, सर!''

''बरं, जाऊ दे ते! आपण मग बोलू! ... काय कृष्णकुमार, तुम्ही सुनीतीला ओळखता का?''

आता मात्र मी चरकलो. हा चौथा इसम काय मला माझीच बायको होऊ घातलेल्या मुलीचा नाद सोडायला सांगतो की काय? मला काही कळेना.

"हो, ओळखतो." मी अंमळ भीतभीतच म्हणालो.

"मग तिच्या कल्याणासाठी तरी 'ल्यूसी'चा नाद सोडा!"

"म्हणजे?–"

"आलं लक्षात! हे ठेवून घ्या दोनशे रुपये आणि आता तरी ल्यूसीचा नाद सोडाल की नाही?"

"अहो, पण –"

"नाही, ह्यापेक्षा जास्त मिळणार नाहीत. तेव्हां –"

"साहेब!" भिडे अंमळ चाचरत म्हणाले, "अं ऽ मी-मी आपल्याला सांगावं असं नाही, पण हे 'लीगल' नाही. खरं म्हणजे याला पोलिसाच्या –"

"अहो, पोलीस काय करणार? – आणि पैसा तरी काय करणार? हृदयपरिवर्तन झालं पाहिजे." देशपांडे म्हणाले.

"हल्ली पैसा दिसला की सगळं परिवर्तन होतं!" – साहेब.

"आपल्याला नाही बुवा हे पटत!" भिडे पुटपुटले, "इथे पोलिसालाच. –"

"पोलीस, पोलीस, पोलीस! तुम्ही सगळे एवढे जवान, एका लंगड्याला ठोकू शकत नाही? बडगा दाखवला की चुटकीसरशी परिवर्तन होतंय् बघा!" –रोमिओ.

"लंगडा?" साहेब आणि देशपांडे एकदम उद्गारले.

"हो ना! ह्यांना परवा ॲक्सिडंट झाला. केवळ फॉर्च्युनेट म्हणून वाचले. ही वॉज अलोन!" भिडे तत्परतेने म्हणाले.

"बरं झालं! माझी ल्यूसी वाचली!" – साहेब.

"आणि माझी डॉली!" – रोमिओ.

"आणि आमची सौ.!" – देशपांडे.

"आणि माझी मार्था!" – भिडे.

"मिस्टर भिडे!" साहेब दरडावणीच्या सुरात म्हणाले.

"सॉरी, सर!"

"तेव्हा कृष्णकुमार, तुम्ही हे दोनशे रुपये घ्या. तुम्हांला आता हॉस्पिटलचं बिल भरावं लागेलच. कदाचित ऑपरेशनही करून घ्यावं लागेल. तेव्हा..."

"अग, बाई! कुणाचं ऑपरेशन?" सुनीती दरवाजातून एकदम ओरडली.

आता मात्र कळस झाला होता. ही बया या वेळी इथं माझ्या खोलीवर येईल हे मला अगदीच अनपेक्षित होतं.

"ह्यांचं! –" भिडे माझ्याकडे बोट दाखवत म्हणाले.

सुनीतीनं तडक माझ्याकडे धाव घेतली आणि मी दरवाजाकडे पाहिलं, तो काय? सुनीतीच्या पाठोपाठ आमचे भावी श्वशूरही खोलीत हजर होते!

''पोरी! दाखव पाहू कुठाय् तो तुझा कृष्णकुमार?'' ते जरा चढत्या सुरातच म्हणाले.

''पपा! आता ते सगळं राहू दे. आपण त्या विषयावर मग बोलू! ह्यांना अपघात झालाय्!''

''होऊ दे. जिवंत आहेत ना अजून! आत्ताच काय तो सोक्षमोक्ष होऊन जाऊ दे! ''...हं, काय कृष्णकुमार, तुम्ही म्हणे ल्यूसी नावाच्या मुलीमागं आहात हल्ली?''

''एकटी ल्यूसी नव्हे; माझी डॉली.''

''आमची सौभाग्यवती –''

''अन् माझी मार्था –''

''शू:! मिस्टर भिडे!''

''पपा! हेच ते ल्यूसीचे बॉस.'' सुटाबुटांतल्या साहेबमहाशयांकडे बोट दाखवीत सुनीती म्हणाली, ''ह्यांच्याकडे मी गेले होते!''

''काय ग सुनीती? हे मी काय ऐकतोय? तू ह्यांच्याकडे गेली होतीस?'' मी आश्चर्यानं विचारलं.

''होय. त्या दिवशी तुम्ही ल्यूसीला स्कूटरवरून घेऊन चालला होतात. मी ते पाहिलं; तेव्हा लगेच मी तुमचा टॅक्सीतून पाठलाग केला. तुम्ही तिला तिच्या ऑफिसपाशी नेऊन सोडलंत आणि तसेच पुढे निघून गेलात. मी ल्यूसीला जिन्यातच गाठलं आणि छेडलं; पण ती काही दाद देईना. तेव्हा मी सरळ तिच्या बॉसकडे म्हणजे ह्या साहेबांकडे गेले.''

''यस्! शी इज राइट! प्रथम मी ह्यांच्याकडे लक्ष दिलं नाही; पण ल्यूसीचं नाव समजल्यावर मला त्यात लक्ष घालावंच लागलं ...म्हणून तर मी हा इथं आलो ...म्हणून, तर मी काय म्हणत होतो? की कृष्णकुमार, निदान सुनीतीसाठी तरी तुम्ही ल्यूसीचा नाद सोडा. शिवाय हे दोनशे रुपये देतो मी.''

''तुम्ही ते पैसे मलाच द्या. मीच सरळ करतो याला.'' रोमिओ म्हणाला.

''काही नको! उत्तम मार्ग म्हणजे एक चांगलासा वकील गाठू या. त्याच्या फीला होतील ते पैसे. सगळं कसं 'लीगल' असावं! ते उत्तम!'' भिडे म्हणाले.

''छे: छे:! उत्तम मार्ग म्हणजे हृदयपरिवर्तन!'' देशपांडे.

''तुम्ही सगळे खूप बोललात! आता मी बोलतो.'' माझे भावी सासरे म्हणाले, ''कृष्णकुमार तुम्हांला माझी पोरगी हवीय् की नको? का तुम्हांला ती

डॉलीच जास्त पसंत आहे?''

"वा: वा:!" रोमिओ म्हणाला, "हलवायाच्या घरावर तुळशीपत्र! तुम्ही कोण हो ह्याला डॉलीबद्दल विचारणार?''

"मग ल्यूसी?'' – माझे भावी श्वशूर.

"मिस्टर, जरा जपून!'' साहेब उसळले.

"का मार्था?''

"नो नो! हाऊ कॅन यू –'' भिडे भडकून उठले.

"शू:! मिस्टर भिडे!'' भिड्यांचा साहेब गरजला.

"सॉरी, सर!''

"मग काय कृष्णकुमार?'' भावी सासरे म्हणाले, "चला, बोला लौकर! आणखी किती पोरी राहिल्या आहेत तुमच्या?''

"अजून आम्ही आहोत ना!'' आम्ही सगळ्यांनी चमकून दरवाजाकडे पाहिलं.

"किशोरी साधारण तिच्याच वयाच्या चारपाच मुली घेऊन दरवाजात उभी होती.

"छबड्या! तू इकडे कुणीकडे?'' भिड्यांचा बॉस ओरडला.

"वा:! बाबा, तुम्हांला माहीत नाही का? तुम्हांला सांगितलं नव्हतं का मी? कुमारबाबू आम्हांला रोज फटफटीवरून हिंडवतात म्हणून! त्यांच्याकडे आले आहे मी!'' एवढं बोलून ती माझ्याकडे धावत आली आणि म्हणाली, "कुमारबाबू, ह्या माझ्या मैत्रिणी! ह्यांना पण पोचवाल का रोज घरापासून शाळेपर्यंत?''

"म्हणजे! ह्यांचा काय धंदाच आहे वाटतं तो!'' भिड्यांच्या बॉसनं विचारलं.

"हो ना, पपा! तुम्हांला माहीत नाही का? कुमारबाबू हाच उद्योग करतात. ते काही आम्हांलाच नाही फक्त फटफटीवर बसवत! मोठमोठ्या बायकांनासुद्धा पोचवतात ते ऑफिसात. त्या मग त्यांना पैसे देतात. आम्हीच फक्त पैसे देत नाही. हो की नाही हो, कुमारबाबू?''

"होय बेटा.'' मी म्हणालो.

"आँ?'' – साहेब.

"होय ना, पपा, ह्यांना कुणी नोकरीच देत नाही. ते हाच उद्योग करतात.''

"साला, सिम्पली वंडरफुल! चोवीस तास साहेबांची ताबेदारी पत्करण्यापेक्षा हा चांगला बिझिनेस आहे.''

– साहेब समोर आहेत ह्याचा विसर पडून भिडे म्हणाले.

''मिस्टर भिडे!'' – साहेबांनी स्वत:च्या अस्तित्वाची जाणीव करून दिली.

''सॉरी, सर!'' – भिडे कमरेत वाकून म्हणाले.

■

बहुत दिन नच भेटलो

दोन महिने तळ ठोकून राहिलेल्या पाहुण्यांना मी आधीच ठेच भरलेल्या गाडीत कोंबून बसवलं. एवढ्या गर्दीनं भरलेल्या गाडीत अंगाचा द्रोण करून उभं राहायचं, ह्या कल्पनेनं त्यांचे चेहरे जेव्हा कमालीचे उतरले तेव्हा मी म्हणालो, "लेको, दोन महिने माझ्या एकाच खोलीच्या संसारात ठाण मांडून राहिला होतात तेव्हा घराचा असाच डबा झाला होता. आता एवढी शिक्षा तुम्हांला हवीच."

गाडीतून पाहुणे नक्कीच उतरणार नव्हते. कारण डब्याच्या खिडकीमधून 'आयात' सोपी असते. 'निर्यात' तितकीच कठीण असते. उतरण्यासाठी बाहेर काढलेल्या पायाला प्लॅटफॉर्मचा स्पर्श होईतो त्या पायाला अशी काही विलक्षण रग लागते की...

पण नाहीच ते! शब्दात पकडण्याचे हे अनुभवच नव्हेत! कॅलिडोस्कोपमध्ये बांगड्यांचे तुकडे किती विविधता दाखवतात, हे सांगता येईल का? रॉजर्स सोडा प्यायल्यावर नंतर पोटापासून घशापर्यंत जे काही होतं ते लिहिता येईल का? – ह्या सर्व प्रत्यक्ष अनुभव घेण्याच्याच गोष्टी! पाहुणे उतरत नव्हते हे नक्की. मी मग ह्या कानापासून त्या कानापर्यंत रुंद हास्य करीत म्हणालो, 'गाडी वगैरे गावाला कळवलीत म्हणून. नाहीतर सकाळच्याच गाडीनं जा, म्हणणार होतो. आणखी एका रात्रीनं काय होणार होतं?'

माझं हे अगत्य फुकट जाणारच होतं. वाकडा झालेला चेहरा सरळ करीत विसूकाका म्हणाले, "आत्ता दुसरा पाय टेकायला जागा मिळाली, इतका वेळ एकाच पायावर उभा होतो."

तेवढ्यात गाडी हललीच. पाहुण्यांनी त्यातल्या त्यात स्मित करण्याचा प्रयत्न केला. बाहेर हात काढून निरोप घेण्याचं साग्र-अगत्य त्यांनी दाखवलं नाही. कदाचित निरोपासाठी बाहेर काढलेला हात गर्दीमुळं परत आत घ्यायला

मिळतो की नाही...

एकामागोमाग एक असे सगळे डबे वाढत्या वेगानं नजरेसमोरून पळाले.

मग बराच वेळ दिसत राहिला तो गाडीचा हिरवा बावटा!

तो हिरवा बावटा दिसला आणि मी मनाशी म्हणालो,

"चला, आपलीही 'लाईन' क्लिअर झाली आता."

गेल्या दोन महिन्यांत शारदा भेटली नव्हती. फक्त डोळ्यांना दिसत होती. समोर वावरत होती, सहवासात होती, पण सन्निध नव्हती. तिच्या हातचं जेवत होतो पण बोटात बोटं गुंफत नव्हती. थोडक्यात म्हणजे खिशात दमडी नसलेल्या माणसाला दुकानातल्या शो-केसमधल्या वस्तू जशा चिडवतात तशी बायको चिडवत, चेतवत आहे, असं वाटत होतं. असून नसल्यासारखी. अशा दिवसांत ती भलतीच आकर्षक दिसते. मग मात्र आपण स्वत:वरच चिडतो. पाहुण्यांचा वैताग येतो. मघाशी मी पाहुण्यांना म्हणालो, 'एका रात्रीनं काय होतं आणखी म्हणून!' पण गेल्या काही दिवसांत,

"कावळे, गिधाडे, घारी जिथुनी ही येती सारी,
तिथूनच हे आले येथे, छळावया आम्हांते."

– ह्या पाहुण्यांवरच्या अत्र्यांच्या ओळी मला अनेकदा आठवून गेल्या.

आता मात्र कावळे उडाले होते. चक्रवाक-चक्रवाकीच्यामध्ये कुणी येणार नव्हतं.

घरचा जिना चढताना मी स्वत:शी म्हणालो, "आता मी आणि शारदा, शारदा आणि मी!" – दरवाजावर टक्टक् आवाज करताना मी गुणगुणलो, 'बहुत दिन नच भेटलो...'

"अप्पा, गाडीचं तिकीट आणलंत? आम्हांला हवंय्!' चिरंजीवांनी पायाला विळखा घालीत मला धरणीवर आणलं. मी अगदी इंद्रपुरीच्याजवळ पोचलो होतो; तो खाली आलो. अजून हा 'ऑन रिस्क'चा पिवळा दिवा मध्ये होताच की!

– खरोखर साडेतीन ते सहा – ह्या वयातली मुलं *(म्हणजे फुलं??)* म्हणजे साक्षात् ऑन रिस्कचे दिवेच! हवं ते करण्याचा परवाना नाही, आणि काही करू नये म्हणणं शक्य नाही. फार धोकेबाज वय हे! ह्या वयातली मुलं आईवडिलांना चक्क देव मानतात. त्यामुळं देवत्वाच्या पायरीला बट्टा लागेल असं करण्याची सोय नाही. सिगारेटचं पाकीट नुसतंच उंचावर ठेवून चालत नाही; तर बहुधा ती चोरूनच ओढावी लागते.

बहुत दिन नच भेटलो । १०९

केवळ सिगारेटचीच चोरी असं नाही तर बायकोवरच्या प्रेमाचीही चोरी! भेटायची चोरी झाली की चोरून भेटावं लागतं! ही चोरून भेट म्हणजेच ऑन रिस्क! -एरव्ही रात्रीचं आटपायलाच साडेदहा-अकरा वाजतात. दिवे बंद करून, शेजारी येऊन जरा कुठं सौ. गळ्यात हात टाकते न् टाकते तोच चिरंजीव चुळबूळ करतात. अंधारातच आसपास हात फिरवून आईला शोधतात. सौ. जर पटकन जाग्यावर पोहोचू शकली नाही तर स्वारी चक्क उठून बसते.

अशा घातुक क्षणी ओरडता येत नाही, रागावता येत नाही. आपण त्या गावचेच नाही असं दाखवीत भिंतीकडे तोंड करून झोपायचं!

पण ही अडचण-धोका काहीच नाही. चिरंजीवांना थोपटण्यासाठी बाजूला झालेल्या सौभाग्यवती केव्हा केव्हा चिरंजीवांच्या आधीच घोरायला लागतात. सौ. घोरतात. आपल्याला नुसताच घोर पडतो.

हे सगळं आठवलं. संभाव्य धोक्याच्या जागा आठवल्या! एवंच काय पाहुणे गेले होते – आणि चिरंजीवांचा मला चक्क विसर पडला होता.

"अप्पा, तिकीट द्या ना!" – सुरेशनं मला परत आठवण केली.

मी त्याला प्लॅटफॉर्म तिकीट काढून दिलं, तेवढ्यात शारदा बाहेर आली.

"गाडीला गर्दी का?"

"चिक्कार."

"आश्चर्य आहे. सुट्ट्या वगैरे नाहीत, मग गर्दीचं कारण काय?"

– अशा प्रश्नांना उत्तरं नसतात.

"मग जागा मिळाली?"

"उभं राहायला."

ह्या मामुली पण हमखास होणाऱ्या प्रश्नोत्तरांत मला स्वारस्य नव्हतं. कपडे उतरवून मला एकदा पलंगावर आडवं व्हायचं होतं. गेल्या दोन महिन्यांत तो बेटाही माझ्या वाटणीला आला नव्हता. रिकाम्या पलंगाकडे मी सहेतुक पाहिलं. तेवढ्यात शारदा म्हणाली,

"सुरेशला जरा फिरायला न्या की आज. दोन महिन्यांत त्याला कुठंही न्यायला मिळालं नाही. अगदी कंटाळलाय् तो."

"नो नो, आज काही नाही. मी स्वस्थ पडणार आहे आज."

तेवढ्यात चिरंजीव बाहेरूनच ओरडले, "आम्ही गच्चीवर जाऊ, आई?"

"अप्पांना विचार."

मी नकार द्यावा अशी शारदेची इच्छा होती. पण मी म्हणून गेलो, "जा."

"अहो, जा काय? – मारामारी-भांडणं करून येईल खाली. त्याला थांबवा." –एव्हाना चिरंजीव वर पोचलेही होते. आता रिकामा पलंग माझा

होता. सुरेश खेळायला गेला होता. शारदेलाही जवळ बसवून घेणार होतो आता. मी मग खिडकी अर्धी मिटली. दरवाजा पुरता! शारदा आपणहोऊन माझ्याजवळ येईल अशी माझी अटकळ होती. पण छे!

शेजारच्या बाईला ती माहिती पुरवत होती.

"गेले. आत्ताच गेले पाहुणे! काय मेली गाडीला गर्दी... पहा ना... आता लग्नसीझन नाही की ओळीनं सुट्ट्या नाहीत, तरी आपली गर्दी पाहा म्हणजे झालं. आता सगळा प्रवास ताटकळत उभ्यानं..."

– आता ह्या गोष्टी ऐकवण्याचं काही अडलं होतं इतरांना? इकडे मी दोन महिने ताटकळलो त्याचं काहीच नाही. विसुकाका चार तास ताटकळणार त्याचंच कौतुक! काय म्हणावं ह्या बयेला?

"शारदा" – मी आवाज टीपेला चढवला.

शारदा आली. पण कबुलीजबाब घेण्याच्या आविर्भावानं.

"हे काय, दार काय लावलंत?"

– काय बोलणार...

"आणि काय हो, जरा कुठे बोलत होते तर लगेच हाक मारायला काय झालं? -लोक किती हसतात..."

आता काय बोलणार कपाळ? – बायकोनं हा निर्वाणीचा चढा सूर लावल्यावर काय बिशाद 'रोमान्स'ला हात घालता येईल?

"काय हवं होतं?" – शारदेचा सूर उतरला. पण किती? पंचमावरून तीव्र मध्यमावर!

"चहा!" – *(हवं होतं काय आणि मागितलं काय?)*

अंधार पडल्यावर सुरेश गच्चीवरून खाली आला. मग पुन्हा नेहमीचे ठराविक चाकोरीतले संवाद सुरू झाले.

"चला, कपडे बदला, हातपाय धुवा, बाप्पाला नमस्कार करा."

शारदेच्या ह्या पहिल्या सांगण्याला सुरेश काहीच हालचाल करीत नाही. काही वेळ आर्जवी स्वर राहातो; आणि मग शारदेचा सूर एकदम चढतो.

"ऐक की लवकर. एकदा अशी मारणार आहे रे तुला!" – ह्या वाक्याच्या भरतवाक्याने शारदा थांबते. ती खूपदा असं नुसतं बोलते; पण तो आवाज असा 'स्वयंभू' असतो की मला वाटून जातं तो निर्णायक क्षण जर उगवला आणि मी जर आसमंतात असलो तर त्या वेळी चार-पाच दणके, उलट्या वारसाहक्काने माझ्या वाट्याला येऊन माझेही मणके सैल करतील! मी काही क्षण सावरून बसतो; पण चिरंजीव 'फायरप्रुफ' चीजवस्तूप्रमाणे निर्विकार

असतात. 'गर्जेल तो पडत नाही' हे त्यांना न शिकवता समजलेले असते.

चड्डीतली 'नाडी' हमखास आत घालवणारी ही एवढीशी पोरटी आईवडिलांची 'नाडी' पक्की पकडतात. वास्तविक मी आता सुरेशचा 'चार्ज' घ्यायला हरकत नव्हती. मी नुसता उठलो तरी सुरेश सगळं चुपचाप बिनबोभाट करणार असतो. पण माझ्या डोक्यात ह्यातलं काही नव्हतं. नवपरिणिताप्रमाणं मी 'पहिल्या रात्री'च्या आठवणींत धुंद झालो होतो. माझ्या कानात शारदेच्या बांगड्यांचा पहिल्या रात्रीचा बुजरा किणकिणाट होता. नासिका मोगरीच्या वेणीच्या वासानं फुलारली होती. हाताच्या तळव्याला तिच्या कमरेभोवतीची पोटिमाची जरीकिनार आठवत होती. तो बोचरा पण सुखावणारा स्पर्श अजून तळव्यात रेंगाळतो आहे. त्या रात्री मी जेव्हा दिवा बंद केला तेव्हा शारदेच्या...

"अहो, तुम्ही तरी उठा की. त्याला सांगा ना? जेवायची वेळ झालीय्. मी पानं मांडलीय्, आणि त्याला आत्ता बिस्किट हवंय –" शारदेकडून निषेधखलिता आला. मी मग ताडकन उठलो. आता पहिल्या रात्रीच्या आठवणीत धुंद होण्याची वेळ नव्हती; आणि त्याहीपेक्षा 'तशी सोय' पुन्हा साधण्यासाठी झोपेपर्यंत शारदेची सोय पाहाणं आवश्यक होतं! सिम्पल गिव्ह अँड टेक्.

जेवणं आटोपली. मी गाद्या घालण्याची तत्परता दाखवली व चढ्या आवाजात सुरेशला फर्मावलं.

"लवकरच झोपायचं बरं का!"

बाहेरच्या खोलीतला दिवा मालवून मी सुरेशजवळ पडलो. नेहमीप्रमाणे गोष्टी सांगण्याचा कार्यक्रम पार पडला. सुरेशचे पेंगलेले डोळे पाहून मी श्वास सोडला.

शारदेचं काम आटोपलं. गडी भांडी घासून गेला. आतला दिवा बंद करून शारदा बाहेरच्या खोलीत आली. अंदाजानं हवेतच अंधारात हात फिरवून मी शारदेचा हात पकडला व तिला माझ्याजवळ ओढलं आणि त्याच वेळेला सुरेश पुटपुटला,

"आई, तू माझ्याजवळ झोप हं!"

हाच तो निर्वाणीचा क्षण. कुणीतरी मला बर्फाच्या लादीवर झोपवून वरून तापलेली इस्त्री फिरवत आहे असं वाटलं. मुकाट्यानं मी शारदेचा हात सोडला. माझ्याजवळ येणारी शारदा सुरेशजवळ गेली. स्त्रियांकडे वात्सल्य आणि शृंगारलालसा ह्याची दैवदत्त समान वाटणी असावी. शारदा सुरेशशी बोबडं

बोलण्यात रंगून गेली. मला झोप येणं शक्य नव्हतं. काही वाचन करण्यातही लक्ष लागणार नव्हतं. स्वस्थ बसणं तर सर्वथैव अशक्य होतं.

मी गॅलरीत जाऊन उभा राहिलो. सिगारेट शिलगावली.

आकाश निरभ्र होतं. चांदण्यांचे दिवस होते. चंद्र दुग्धवर्षा करीत होता. दिवसा गजबजलेला रस्ता आत्ता सुस्त पडला होता. समोरच्या चाळीत तुरळक बिऱ्हाडातून अद्यापि दिवे होते. लग्नमंडपात मोठी पंगत बसावी त्याप्रमाणे समोरच्या फूटपाथला लागून ओळीने दुकानं बसलेली होती. ती सगळी आता बंद होती. त्या बंद फळ्यांकडे पाहून आणखीन उदास वाटत होतं, आज सगळंच दाहक वाटत होतं. सिगारेटचा झुरकाही बेचव झाला होता. नुकतीच पेटवलेली सिगारेट मी टाकून दिली आणि त्याच वेळी सुरेशचा आतून रडण्याचा आवाज आला.

मी आत गेलो.

शारदेनं नाइट लँप लावला होता. सुरेश गादीवर पडला होता. त्यानं डोळे मिटून घेतलेले होते. कुरकूर मात्र चालली होती आणि एकीकडे तो पाय गादीवर घासत होता. मी त्याच्याजवळ बसलो. माझ्या हातात निलगिरीची बाटली देत शारदा म्हणाली,

"दुपारचा झोपत नाही. दिवसभर मस्ती चालते. त्यात तुम्ही मघाशी गच्चीवर पाठवलंत. आता पाय दुखतील नाही तर काय होईल? सर्दी पण किती झाली आहे."

मी न बोलता सुरेशच्या पायाला, छातीला निलगिरी लावत बसलो, तोपर्यंत शारदेचा डोळा लागला. घड्याळात अकराचे टोले पडत होते.

सकाळी मी नेहमीपेक्षा लवकर उठलो.

"एवढ्या लवकर?" शारदेनं विचारलं.

"सुरेशला डॉक्टरकडे नेणार आहे." – माझा सूर खट्ट झाला.

"बरं झालं. डॉक्टरांना अगदी सगळं सांगा. सर्दी कायम असते. दिवसभर मस्ती करतो आणि मग रात्री झोपत नाही. नीट जेवत नाही. दुपारची पण विश्रांती घेत नाही, रात्रीही झोपत नाही."

"तर काय?" शेवटच्या वाक्याला मी अभावितपणे 'साद' दिली. शारदा खट्याळपणे हसली. मलाही तशा परिस्थितीत हसायला आलं.

डॉक्टरकडून परतायला मला साडेदहा वाजले. शारदा वाट पाहात दरवाजातच उभी होती.

''पान तयार आहे. बूट काढू नका. टेबलखुर्चीवरच बसा हवं तर.''

जेवता जेवता मी सांगू लागलो,

''वैद्याच्या लग्नाची पार्टी आजच आहे. मला घरी यायला साडेनऊ-दहा वाजतील.''

''बरं, औषधाचं काय?''

तेवढ्यात सुरेश आईला चिकटत, कुरकुरत म्हणाला, ''मी अप्पांच्याबरोबर कध्धी कध्धी जाणार नाही. डॉक्टरांनी इंजेक्शन दिलं.''

''बरं, बरं, आपण त्यांचं घर उन्हात बांधू.''

''वा रे वा, त्याबद्दल चॉकलेट नाही का दिलं घेऊन?''

''बरं, मग एकट्या डॉक्टरांचं बांधायचं.''

''ते बांधू, पण तुम्ही आज उन्हात खेळायचं नाही दिवसभर – काय? त्याला आज बाहेर सोडू नकोस गं. दामटून झोपव दुपारी आणि औषधं वेळेवर जाऊ देत पोटात. दोनदा डोस, दोनदा पुड्या आणि रात्री नीट झोपावा म्हणून ह्या दोन गोळ्या दिल्या आहेत.''

ऑफिसला जाण्यापूर्वी मी पुन्हा शारदेला बजावलं,

''मला साडेनऊ ते दहा होतील. जेवण आटोपून घ्या. सुरेशला झोपव आणि झोपत नाही असं वाटलं, अंग दुखतंय असं म्हणाला तरच ती गोळी दे.''

''बहुतेक गोळी देण्याची वेळ येणार नाही. मी झोपवीन त्याला. तुम्ही मात्र लवकरात लवकर या.''

मनात नसताना मी विचारून गेलो, ''कशाला? छातीला, पायाला निलगिरी लावायला?''

ऑफिसात दुपारी साडेतीन वाजेपर्यंत सप्पाटून काम होतं. त्या सर्वांतून थोडासा रिकामा झालो आणि मग राजापूरची गंगा एकदम वर प्रगट व्हावी तद्वत् मनात विचार आला शारदेचा!

मग काहीच सुचेना. त्यात सकाळी बोलण्याच्या भरात अंत्या केळकरला पाहुणे गेल्याचं बोलून गेलो होतो. ऑफिसात साहेब नव्हते. म्हणून अंतू अगदी चेकाळला होता. माझी मनसोक्त चेष्टा सुरू झाली. अंतूच्या कल्पनेप्रमाणे मी कालची रात्र अशी घालवली असेल, ह्याचं वर्णन तो माफक हातवारे करून समोरच्या नाईकना सुनवू लागला. तशातला कुठलाच प्रकार काल घडला नव्हता. चेष्टा करण्याच्या प्रकारावरून मात्र तो काय काय करीत असला पाहिजे

– त्याचे प्रियाराधनेचे मार्ग कोणते आहेत, हे मला विनासायास समजत होते. मी गप्प होतो. माझ्या गप्प बसण्याचा अर्थ स्वत:च्या कल्पनेप्रमाणे लावून घेत तो म्हणाला, "बघ, गप्प बसलाय की नाही. त्याला आता बोलवतसुद्धा नाही, ह्यावरच समज काय ते!"

अंतू केळकरच्या वाह्यात बडबडण्याने विशेष काही झालं नाही. फक्त दांडी मारून घरी पळण्याचा मोह होऊ लागला. मी पळायला मोकळा नव्हतो. रात्री वैद्याच्या पार्टीला हजर झालो नसतो तर इतरांनी मला उभा चिरला असता.

वेळ कुणाकरता थांबत नाही. रात्रीची प्रतीक्षा करणारा मी – हां-हां म्हणता सर्वांतून मोकळा झालो. रात्रीचे साडेनऊ वाजले होते आणि मी माझ्या घराच्या वाटेवर होतो. आता मात्र शारदेच्या आणि माझ्यामध्ये कुणी येणार नव्हतं.

सुरेश नक्की झोपला असणार. डॉक्टरांच्या औषधानं त्याची सर्दी कमी झाली असणार. तो नक्की झोपणार आणि झोपला नसला तर शारदा गोळी देणार होतीच; म्हणजे थोड्याच अवधीत शारदा माझ्या बाहुपाशात येणार, दोन महिन्यांच्या कालखंडानंतर आम्ही आमच्या स्वतंत्र विश्वात जाणार होतो.

रस्त्यावरून खोलीत अंधार दिसला. पायात बळ आलं. गती वाढली. अंत्याचे काही काही बोलणे नेमके आठवले. वृत्ती सैरभैर झाल्या, खांद्यावर पंख फुटल्याचा भास झाला. जिन्याची एकेक पायरी गाळूनच मी वरती आलो.

बंद दरवाजावर 'टक्टक्' करून शारदेला तिथेच आलिंगन देण्याच्या पवित्र्यात मी उभा राहिलो. दरवाजा किलकिला होत होत उघडला गेला आणि पायाला सुरेशचा विळखा बसला.

"अप्पा, किती उशिरा आलात? खाऊ आणलात?"

"ह्या वेळेला?"

"हो. आईने कडूकडू औषध खायला लावलं."

मी आत गेलो.

शारदा झोपली होती!!

बूट काढता काढता मी निरिच्छ आवाजात त्याला विचारलं,

"तू औषधाची गोळी नाही घेतलीस?"

"घेतली."

"मग झोपला नाहीस?"

"मी खूप रडलो. आईला म्हणालो, तूही औषध घे माझ्याबरोबर, तू औषध घेतलंस तरच मी घेईन. मी खूप हट्ट केला. मग आईने एक गोळी घेतली; एक मी घेतली."

"पण तू मग झोपला कसा नाहीस?"

"मी आईची जिरवली. आई वाईट आहे. आईने गोळ्या घेतल्यावर मी माझी गोळी थुंकून टाकली. रस्त्यावर टाकली. अप्पा, इथून अजून दिसते. दाखवू?"

■

दात है तो बात है

त्या टारगट कंपूला कोण ओळखत नव्हतं? सगळेच ओळखत होते! – आख्खं कॉलेज. ऑफिसात बॉयपासून बॉसपर्यंत सर्व! एवढंच नव्हे तर तो कंपू ज्या ठरलेल्या लोकलमधून प्रवास करीत असे, त्या गाडीतले सहप्रवासीदेखील त्यांना ओळखून होते. थोडक्यात म्हणजे ही 'टारगट कंपनी' सगळ्यांना माहीत होती. प्रत्येकाच्या आडनावाचं पहिलं अक्षर, घेऊन 'टारगट' हा शब्द तयार झालेला होता आणि तो शब्दप्रयोग टाकळकर, रणदिवे, गद्रे, टकले – सगळ्यांनाच बिनशर्त मंजूर होता.

ह्या चौकडीचे सगळे कार्यक्रम एका वेळेला होत असत. सकाळी कॉलेज, दुपारी नोकरी, संध्याकाळी पाच-पस्तीसची गाडी, ह्या गोष्टी बरोबर करणं म्हणजे अगदी टॅक्सीवाल्यानं टॅक्सी चालू करण्यापूर्वी 'मीटरफ्लॅग' फिरवण्याइतकं आवश्यक आणि सहज ठरलेलं होतं. ह्याव्यतिरिक्त त्यांचे नेहमीचे कार्यक्रमही सांघिक स्वरूपात व्हायचे! 'न्यू आराम'मधे एकटा टाकळकर कधी भजी खाताना दिसायचा नाही, त्याचप्रमाणे शनिवारी दुपारी 'मेट्रो'च्या लाईनीत एकटा गद्रे उभा राहील, अशी पैज कुणी जिंकणं शक्य नव्हतं!

ह्या सगळ्या लौकिकाला साजेल अशा तऱ्हेनंच आज चौघांनीही ऑफिस लौकर सोडलं होतं. एकटा टकले लौकर जायचं कन्सेशन मागायला आला, तेव्हाच साहेब समजले होते, की हे कन्सेशन एकट्या टकलेसाठी नाही! ऑफिस सोडलं तर चौघांनी एकदम, नाहीतर कुणीच नाही, हे टकले आपल्याला ऐकवणार, हे समजून साहेबांनी चौघांनाही सोडलं होतं. तशीच वेळ आली, तर चौघेजण कामाचा फडशा पाडतात, ह्यावर साहेबांचा नुसता विश्वासच नव्हता, तर तसा त्यांचा पूर्वानुभव होता.

'टारगट कंपू'ने आज चार-पंचवीसची गाडी पकडायचा निर्णय घेतला

ह्याला तसं काही खास कारण नव्हतं. एकाला लौकर निघायची लहर आली, तशी चौघांनाही आली. लौकर जाण्याच्या 'बिला'चं तीनदा वाचन झाल्यावर एकमुखानं ठराव पास झाला आणि दारावरच्या पहारेकऱ्याची सलामी घेत चौकडीनं ऑफिस सोडलं!

"आज साला सकाळपासूनच 'दांडी मूड' लागला होता! ह्यापूर्वीच पळण्याचा विचार होता; पण तुम्हांला तो कितपत मानवेल ह्याबद्दल शाश्वती नव्हती." –टाकळकर म्हणाला.

"तू आमचा अपमान करतोयस्! ...आजपर्यंत आपल्या चौघांत एकालाही अशा शंकेनं भेडसावलं नव्हतं." गद्रेनं टाकळकरला तातडीनं जामलं.

"गद्रे, इज् सेंट परसेंट राइट! टाकळकर, एक्सप्लेन मी, व्हाय यू शूड नॉट बी फाइन्ड फॉर धिस स्टेटमेंट?" – रणदिवेनं सात्त्विक संताप प्रकट केला.

"दोस्तो! समजलो मी ह्याचा अर्थ! ह्या सगळ्याचा सरळ अर्थ एवढाच की, तुम्हाला कॉफी हवी आहे आणि तीही ॲट माय कॉस्ट!"

"देअर यू आर!" – टकलेनं आपला आनंद प्रकट केला.

ह्या चौकडीला लांबून येताना पाहूनच 'मिल्क सेंटर'वरच्या वेटरनं कॉफीचे चार कप तयार ठेवले.

चौघांनी कॉफीच्या कपावर उड्या मारल्या. कॉफीचे दोन घोट घेऊन होतात न् होतात तोच टाकळकर एकाएकी कॉफी घ्यायचा थांबला. आकर्षक बांध्याची एक पाठमोरी मुलगी टाकळकरच्या दिलाचे लाख तुकडे करीत, समोरून चालली होती. टाकळकर कॉफीचा कप, इतर तीन मित्र – सर्वस्व विसरला! पण बाकीचे त्याला विसरणं शक्य नव्हतं. गद्रे टाकळकरकडे बारकाईनं पाहात होता. टाकळकरच्या नजरेच्या दिशेनं गद्रेनं आपलीही नजर वळवली आणि टाकळकरचा 'विश्वामित्र' का झाला, ह्याचा त्याला उलगडा झाला.

"नक्कीच ह्या टाकळ्याचं टाळकं जाग्यावर नाही आज! ह्यानं आपला दुसरा नियमही मोडला!"

"कोणता?" कॉफी संपवीत रणदिवेनं विचारलं.

"मघाशी ह्यानं, आपण त्याच्या विचारांशी सहमत होऊ की नाही अशी घातक शंका घेतली. त्याची पेनल्टी पुरी व्हायच्या आतच ह्यानं दुसरा गुन्हा केलाय् –"

"कोणता पण?" रणदिवेचा पेशन्स संपुष्टात आला.

"एखादी दिलखेचक वस्तू दिसताच, पाच सेकंदाच्या आत एकानं ती दुसऱ्याला दाखवायची. टारगट पीनल कोड क्रमांक..."

“पुढचा तपशील माहीत आहे... आधी वस्तू कोणती ते दाखव!” टकलेनं कॉफीचा शेवटचा घोट घाईघाईनं संपवीत विचारलं.

चार नंबरच्या प्लॅटफॉर्मकडे वळणाऱ्या त्या मुलीकडे तत्परतेनं बोट दाखवलं.

“आता ह्याला शिक्षा?”

“शिक्षेचं पुढं पाहू. त्या मुलीचं काय?” गद्रेनं सवाल टाकला.

“अरे! हा काय सवाल झाला? क्विक् मार्च!”

“चार-पंचवीसची गाडी-?”

“ऑफ कोर्स सोडून द्यायची! वरातीमागून घोडं काय कामाचं?”

चौघेजण चार-पंचवीसची गाडी सोडून सव्वाचारच्या गाडीला धावले. पुढच्या फर्स्टच्या डब्यात ती मुलगी शिरलेली चौघांनीही धावता धावता पाहिली. ते सगळे तो पुढचा डबा पकडीपकडीतो गाडी हलली.

चौघांनीही त्या मुलीच्या समोरील बाकावर आसन ठोकलं. प्रथम टाकळकरानं बसता बसता तिच्याकडे पाहिलं आणि त्याला प्रचंड धक्का बसला. तसाच धक्का आळीपाळीनं उरलेल्या तिघांनाही बसला.

– गोष्ट धक्का बसण्यासारखीच होती. सौंदर्य आणि सौष्ठव दोन्ही हातांनी उधळून देता देता विधात्यानं त्या मुलीच्या बाबतीत एक भलतीच गफलत केलेली होती. – त्या रमणीचा एक दात लक्षात येण्याइतपत पुढं आलेला होता. गौरवर्ण, चाफेकळीसारखं नाक, लांबसडक केशसंभार, एवढीशी जिवणी, ...पण मदनाची ही सगळी राखीव आयुधं बोथट व्हावीत असा प्रकार त्या आगंतुक दातामुळे घडला होता. त्या पुढं आलेल्या दातापुढं काही ‘अपिल’ नव्हतं. चौघांनाही ते खटकावं ह्यात नवल नव्हतं...

“अरे, अरे! थोडक्यात मुलगी गेली बघ!” गद्रे कुजबुजला. तेवढ्याच सावधानतेनं टाकळकरनं ते पटल्याचं दर्शवलं.

“केशकलापावरून चाफेकळीपर्यंत नजर ‘स्मूथली’ खाली येऊ लागते तोच दातापाशी अडकते.” – रणदिवेनं आपली रसिकता प्रकट केली.

“तुझ्यासारख्याला तेवढा अडसर हवाच!” टकलेनं त्याची ‘विकेट’ घेतली.

“हो! नाहीतर चाफेकळीवरून तू आणखी कुठं जाऊन पोचला असतास, ह्याचा नेम नाही!” आधीच चेहरा टाकून बसलेल्या रणदिवेवर टाकळकरानं हल्ला चढवला.

चुपचाप बसलेल्या गद्रेला रणदिवेनं मुद्दाम विचारलं, “क्यों जनाब! आप चुपचाप क्यौं हो! लगवा ना तुम्ही पण एखादा शालजोडीतला!”

“मला खरोखरच वाईट वाटतंय् त्या दाताबद्दल!” गद्रेनं खिन्न आवाजात सांगितलं.

“तुला एवढं वाईट वाटून घ्यायचं कारण नाही. परमेश्वराची ती चूक तू सुधारू शकतोस.” टाकळकरनं हलक्या आवाजात सांगितलं.

“ती कशी काय?”

“तुझे काका डेंटिस्ट आहेत ना? त्यांना सांग, हल्ली बाहेर आलेले दात आत घालण्याचा शोध लागला आहे म्हणतात.”

“म्हणजे घशात?” रणदिवेनं विनोद करण्याची जागा सोडली नाही.

“शू:! हळू! तिला ऐकायला जाणं बरं नाही.” – टाकळकर.

“ते बरं नसलं तरी खरं आहे आणि तिला ऐकू गेलंच, तर ती जास्तीतजास्त काय करील? रागावेल! भडकेल! आपल्यापैकी एखाद्याचा अपमान करील. ते तर आपल्याला हवंच आहे. त्या निमित्तानं बोलणं चालू करता येईल. डेंटिस्ट-काकांचा पत्ता सांगता येईल.” रणदिवेनं भूमिका ‘क्लिअर’ केली.

“आणि तिला नाही आवडलं, तर ती कायमचा दात ठेवील. मग काय करशील?”

“काय करणार? आपलेच दात आणि आपलेच ओठ म्हणून गप्प बसेन.”

“त्यातले ‘ओठ’ विसरा बरं! ओठाच्या पुढं दात आहे, हे पाहा जरा! तोंडात बसून आपलेच दात पाडून घेतले नाहीस म्हणजे मिळवली!”

“काही होत नाही. डेंटिस्ट-काका आहेत तोवर भीती नाही.”

“पण अशा आडवाटा का? आपण तिला सरळसरळ सजेस्ट करू!” टकलेनं डायरेक्ट मेथड सुचवली.

“जाने दो यार! तिच्या दातांचा आपल्याला काय त्रास होतोय्?”

“टाकळ्या! टू बॅड! आपण फक्त आपल्याला त्रास होणाऱ्या गोष्टींचाच बंदोबस्त करावा, हा निव्वळ स्वार्थ झाला. आपल्यासारख्या एका समवयस्काला त्याचा किती ताप होत असेल?”

“कुणी सांगावं? एखादा ‘खास चार्म’ पण असेल!”

“तुम्ही सगळे फार बोलताहात. एखादं वाक्य जरी तिला ऐकू गेलं, तरी वांधा आहे. तिच्या पुढं आलेल्या दाताबद्दल तिनं स्वत:ही एवढा विचार केलेला नसेल. दात-दात-दात-बस् हो गयी बात!” गद्रे वैतागून म्हणाला.

“बस् कैसी हो गयी? ऐक –

कान है तो मान है,
नैन है तो चैन है,
पाँव है तो गाँव है,
हात है तो जात है,
और दात है तो बात है! -''

रणदिवेनं पद्यावली पेश केली. हळूहळू त्याचा आवाज चढत गेला. इतका की, 'दात है तो बात है' म्हणताना तो जवळजवळ ओरडलाच. शेवटची ओळ झाल्यावर खिडकीबाहेर पाहात असलेल्या त्या मुलीनं पटकन आत पाहिलं. त्याच वेळेला टाकळकर ओरडला, ''वा:! शायरे आलम! जवाब नहीं!''

गद्रेनं लगेच चेष्टेच्या सुरात म्हटलं, ''शायरे आलम! आता हेही ऐका. दात जिभेला म्हणतात,

'हम बत्तीस, तू अकेली, बसी हमारी माय ।
जरासी कतर खाऊं तो फरियाद कहाँ ले जाय? ॥'

''त्यावर जीभ म्हणते–

'मानती हूं, मैं अकेली, तुम बत्तीस, बसी तुम्हारी माय ।
जरासी टेढी बात करुं तो बत्तीसही गिर जाय' ॥''

– ह्यावर सगळे मनापासून हसले. आता गप्पांचा ओघ ओसरला होता. दांडी मारल्यामुळं चौघेही लवकर घरी पोचणार होते. संध्याकाळी काय काय करायचं, ह्यासंबंधी त्यांचे स्वतंत्र विचार सुरू झाले. तेवढ्यात त्या मुलीनं चौघांकडे नजर टाकून टाकळकरला सरळ विचारलं,

''माझ्यासंबंधी चर्चा संपली काय?''

चौघेही हादरले. एकमेकांकडे, दुसऱ्यानं उत्तर द्यावं, ह्या अपेक्षेनं पाहू लागले. त्या मुलीला गालातल्या गालात हसताना पाहून रणदिवेचा धीर चेपला.

''यू आर अंडर रॉग इम्प्रेशन. आम्ही तुमच्याबद्दल बोलत नव्हतो.'' तो म्हणाला.

''म्हणजे तुम्ही नुसतेच भित्रे नाही, तर अप्रामाणिक पण आहात! निदान विचारल्यावर तरी सरळ कबूल कराल, असं वाटलं होतं मला.'' ती मुलगी म्हणाली.

''वुइ आर सॉरी.'' टाकळकरनं त्यातल्या त्यात प्रामाणिक बनण्याचा प्रयत्न केला.

''यू नीड नॉट बी!'' ती संथपणे म्हणाली. चौघे मांजरासारखे चुपचाप बसले. पुन्हा तिनंच सुरुवात केली.

''तुमच्यापैकी एखादा जरी सरळ मला म्हणाला असता की, 'बाई, यू आर

एक्सेप्शनली स्मार्ट अँण्ड गुड लुकिंग... फक्त जरा तो दात नीट हवा होता – तर मला ते अधिक आवडलं असतं.''

अंमळ धीट होत टकलेनं विचारलं,

''असं डायरेक्टली कुणी बोलतं का पण?''

''तेच तर ठीक नाही! अशी धिटाई राहिलेलीच नाही आज कुणात.''

''पण आम्ही तुमच्यासंबंधीच बोलत होतो कशावरून?''

''मलाही थोडी पारख आहे. मनुष्यस्वभावाची.'' ती मुलगी हसत उत्तरली, ''चारपाच कॉलेज स्टुडंट्स एकत्र जमले तर ते काय महागाईबद्दल बोलतील? – तेही डब्यात एकच मुलगी असताना? शेजारच्या मुलीला आपलं बाष्कळ बोलणं, स्वत:ला भारी वाटणारे, पण वस्तुत: फालतू असलेले विनोद – जास्तीतजास्त कसे ऐकू जातील, अशी त्यांची धडपड चालते. एकमेकांच्या ॲक्टिव्हिटिज् मग मोठ्यांदा चर्चिल्या जातात. एकजण दुसऱ्याच्या नाटकातल्या पडलेल्या भूमिकेचं कौतुक करतो, तर दुसरा तिसऱ्याच्या क्रिकेटमधल्या न काढलेल्या सेंचुरीची वाहवा करतो. त्या वेळचं त्यांचं टीमवर्क वाखाणण्यासारखं असतं! ह्याच्याउलट आत्ता तुमच्यापैकी प्रत्येकजण मला तुमचं बोलणं कसं ऐकू येणार नाही ह्याचीच दखल घेत होता, तेव्हा ते बोलणं माझ्या पुढं आलेल्या दातांबद्दलच असणार यात शंका कसली?''

सगळेजण गप्पगप्प झाले. पण त्या गप्प बसण्यात स्वास्थ्य नव्हतं आणि त्याहीपेक्षा समोरची व्यक्ती एवढा मोकळेपणा दाखवायला तयार असताना उगीचच गप्प बसणं ठीक नव्हतं. त्यापेक्षा पराभव आनंदानं पत्करून हातमिळवणी करणं जास्त मोठेपणाचं होतं. सरळसरळ शरणागती पत्करून टाकळकर म्हणाला,

''आपण आपला पराभव कबूल करतो बुवा! तुमची स्पष्टोक्तीही आपल्याला आवडली! आणि आमच्यासारख्यांचं तुम्ही केलेलं परीक्षण पण आवडलं!''

''थँक्स!'' ती म्हणाली, ''माझे आडाखे कदाचित चुकीचे असतील; पण माझ्यापुरता आपला मी एक हिशोब बसवला आहे. पेहरावावरून मी काही अंदाज बांधले आहेत. वुलन रंगीत पॅन्ट, वर मॅनिला – ह्या कपड्यातला माणूस मला रिझर्व्हड वाटतो. बुशकोट रंगीबेरंगी असेल तर स्वच्छंदी वाटतो. असा प्राणी धक्का मारून नंतर अंग चोरणार नाही किंवा 'सॉरी' म्हणणार नाही. 'कलेसाठी कला' ह्याप्रमाणं त्याचा तो 'धक्क्यासाठी धक्का' असतो. कडक इस्त्री, पांढरी पॅन्ट, पांढरा शर्ट, क्वचित प्रसंगी टाय, अशी वल्ली केवळ नाईलाज म्हणून मुलीशेजारी बसतोय् असा चेहरा करीत हमखास मुलीशेजारीच

बसेल, गाडीच्या धक्क्यांचा फायदा घेत 'एक्स्क्यूज मी' करीत हळूच धक्के मारील. पांढरा लेंगा, वर लखनौ झब्बा, केस ठरवून विस्कटलेले, अशा माणसाचा भरंवसा नाही. काहीकाही वेळा हे खरोखरच स्वत:च्या तंद्रीत असतात. अशा वेळी बायकांकडून त्यांना धक्का लागला तरी त्यांना त्याची दाद नसते; पण केव्हा केव्हा तंद्रीचा बहाणा करीत, हा प्राणी पण धक्का मारील... म्हणजेच अशा वल्लीचा भरंवसा नाही.''

'टारगट कंपू' ह्यावर खदखदून हसला.

गाडीचा वेग मंदावला. 'बरंय् येते मी' असं म्हणत ती मुलगी उठली. आता मात्र गद्रेला राहवेना. तो प्रांजळपणे म्हणाला,

''एकच मिनिट थांबा. मला खरोखरीच तुमचा तो दात बघवत नाही. हे माझ्या काकांचं कार्ड घ्या. ते उत्तम डेंटिस्ट आहेत. तुमचा तो दात ते –'' पुढं कोणते शब्द वापरावेत हे गद्रेला कळेना. तेवढ्यात ती मुलगी म्हणाली,

''म्हणा ना घशात घालतील म्हणून!''

सगळे पुन्हा शरमिंदे झाले. ती मुलगी ते कार्ड घेत पुढं म्हणाली,

''तुमच्या कळकळीबद्दल आभारी आहे मी. पण ह्या दातासंबंधी माझं मत विचाराल तर मला हा दात असाच बरा वाटतो.''

– सगळे चपापले!

''म्हणजे त्याचं असं आहे.'' ती मुलगी पुढं म्हणाली, ''हा पुढं आलेला दात माझं उत्तम संरक्षण करतो. माझ्या व्यवसायामुळं मला वेळीअवेळी, केव्हाही, कुठंही जावं लागतं – तेही सोबतीशिवाय! अशा वेळी ह्या दातामुळं माझं संरक्षण होतं. कॉलेज स्टुडंट्स आणि इतरही अनेक दिखाऊ शिष्ट माझ्या ह्या दातावर जास्तीत जास्त चर्चा करतात; पण माझ्यामागं लागण्याच्या विचारानं आलेले लोक ह्या दातामुळं तिथंच थबकतात, बिचकतात, पाठलाग सोडून निव्वळ चर्चा करतात – तीही आपापसांत. सरळ बोलायचं धैर्य कुणालाच होत नाही. हे असं पाहिलं म्हणजे वाटतं, आम्ही फक्त पेहेरावातच पुढं गेलो आहोत. आम्ही फक्त कपडे बदलले. आमची मनं, वृत्ती रानटी अवस्थेतच राहिल्या आहेत. आमच्यापाशी फक्त पेहेराव आहे, त्याच्या आत सुदृढता नाही. फक्त शब्द आहेत, पण त्यात जिव्हाळा नाही. तेव्हा हा दात पुढं आला आहे, तेच छान आहे!''

स्टेशन आलं होतं. तिच्या अद्‌भुत खुलाशानं चौघेही टारगट मूक बनले. गद्रेकडे पाहून ती मुलगी पुढं म्हणाली,

''तुमच्या काकांना मी ओळखते. त्यांना माझा नमस्कार सांगा. दाताचं हे संरक्षण त्यांनीच मला दिलंय!''

– असं म्हणून उतरता उतरता त्या मुलीनं ओठाबाहेर डोकावणारा तो नकली दात त्या चौकडीला हातात काढून दाखवला आणि त्या चौघांचे बत्तीस चोक एकशेअठ्ठावीस घशात गेलेले दात बघायला बिलकूल न थांबता ती तडक निघून गेली!

■

दि. २३-१२-२०१७
कथा कथाकथनाची या लेखाचे वाचन झाले आहे
हा लेख नवीन घेतला आहे.
रिप्रिंट
छापायला देताना नव्याने पीडीएफ करणे

कथा कथाकथनाची

कथाकथनाच्या यशाची पहिली पायरी, त्या पायरीवर चिंचोरे सरांचं नाव आहे, पण त्या पायरीपर्यंतची पहिली पावलं टाकली, ती आईचं बोट धरून. कथाकथनाचा श्रीगणेशा आईनं भिनवला, तर 'ओनामासिद्धं'चा मंत्र चिंचोरे सरांचा...

प्रिय हमो,

तुम्ही आलात. मनसोक्त गप्पा मारल्या. तुमच्या सहवासात नेहमीच वेळ चांगला जातो. तसा तो या वेळीही चांगला गेला. 'अगदी सहज आलो, कोणताही हेतू ठेवून नाही,' असे तुम्ही आल्या आल्या म्हणालात. काही काही माणसं मला निव्वळ हेतू बाळगून आली तरी आवडतात. आपण मराठी माणसं. आपल्याला फार प्रचंड हेतू बाळगता येत नाहीत, हीच खरी दुःखाची गोष्ट. तेव्हा तुम्ही आमच्याकडे जास्तीत जास्त काय मागणार... तर लेखन.

आपलं लेखन अजून संपादकांच्या टोळीला मागावंसं, पळवावंसं वाटतंय, ही तर अहंकाराची बाब. प्रश्न आहे तो वेगळाच. तुम्ही म्हणणार-

'फर्मास गोष्ट हवी.'

मागणं सोपं. प्रश्न आमच्यासमोर की, खरंच, हातून काही फर्मास उतरेल का?'

तेव्हा, पुढच्या वेळेला येणार आहात तेव्हा हेतू जाहीर करून टाकायचा. गप्पा रंगणारच. आगत स्वागत होणारच.

मनापासून 'या' म्हटलं जातं ते 'हमो मराठे' या माणसाला. मागच्या हुद्द्याला नव्हे, हे तुम्हाला माहीत आहे. तुम्ही 'किर्लोस्कर'मध्ये असताना, या विषयावरून आपण एकमेकांच्या खूप फिरक्या घेतल्या आहेत.

हे सर्व 'प्रभुपदास नमित दास' कशासाठी? – तर दोन तास गप्पागोष्टी

झाल्यावर, निरोप घेताना दिवाळी अंकासाठी लेख मागितलात म्हणून.

तुम्ही माझ्याकडे मलाच आवडणाऱ्या विषयावर लेख मागितलात आणि माझी पंचाईत करून टाकलीत. कुणाकडे काय मागावं हे ठरवण्यात तुम्ही चतुर. 'ज्ञानेश्वरीविदग्ध स्मृती' किंवा 'मार्क्सवाद' अथवा 'जॉर्ज फर्नांडीस, दत्ता सामंत' साम्यस्थळे असले विषय सुचवले नाहीत. पण हमो, हे असलं काही सांगितलं असतंत तर काम सोपं होतं.

पण तुम्ही 'कथाकथन' यावरच लेख मागितलात आणि पंचाईत केलीत. कथन आणि लेखन या दोन्ही ललितकलांबद्दल बोलणं, सांगणं वा लिहिणं हा एक अतीव संकोचात टाकणारा विषय आहे. त्या विषयांबाबत विचार मांडण्याची वेळ आली की शास्त्र आलं. त्या पाठोपाठ चर्चा आली. 'कथन' ही परफॉर्मिंग आर्ट आहे. आता यासाठी मराठी प्रतिशब्द नाही. मग लेखन समाधान न देणाऱ्या नावात गोवायचं, असे काय काय घोळ सुरू होतात.

त्यापेक्षा वाटतं, सुचेल तितके दिवस लेखन करावं आणि शब्दोच्चार अस्खलित आहेत, उभं राहण्याचं शारीरिक बळ आहे, तोपर्यंत कथन करावं.

गांधारीला शंभर मुलं झाली म्हणून जर तिचा 'बाळंतपण : एक होणे' यासारख्या विषयावर लेख मागवला असता तर तिलाही ते जमलं नसतं. मलाही, म्हणूनच 'कथाकथनाबाबत हे असं काही लिहिणं अवघड वाटतंय.

लेखन आणि कथन हा गेल्या अडीच तपांचा एक आनंदप्रवास आहे. या एकाच वाटेवर सतत सावली भेटली. या एकमेव वाटेवर श्रावण महिना आणि श्रावण महिनाच होता, अजून आहे. 'ब्रिटिश राजवटीवर कधी सूर्यास्त होत नाही' असं एक वचन ऐकिवात होतं. लेखनाची आणि कथनाची ही वाट, त्याप्रमाणे कायम हिरवळीतून गेली आहे. वाटेवर आलेल्या सरींनी जे भिजवलं, ते निथळून टाकण्यासाठी नव्हे, तर पाठोपाठ येणाऱ्या उन्हाला थोडं कपडे सुकवण्याचं काम मिळावं म्हणून. ऊनही द्वाड नव्हतं. कपडे सुकताक्षणी ते नाहीसं व्हायचं. भाजणं हा त्याचा हेतू नव्हता. हे सुखवणारं ऊन आणि आतून भिजवणारा श्रावण कुणी निर्माण केला?

हमो,

कोणत्याही लेखन-कथनातल्या नव्या साक्षात्कारक्षणी मी गोंधळलेला असतो. सावध नसतो. त्याच भावनेपोटी वाटतं, कोण्या एका बेसावध क्षणी एक शक्ती तुम्हाला स्पर्श करते. त्या निसटत्या स्पर्शानं, अनेकांचं मनोरंजन होईल अशी काहीएक निर्मिती घडते. ज्या क्षणी हे घडतं, त्या क्षणी तुमचं अस्तित्व कुठे होतं, हेही तुम्हाला सापडत नाही. बेसावध क्षणी घडलेल्या निर्मितीचं श्रेय माझं कसं?– अणुरेणूत वावरणाऱ्या त्या शक्तीनं, एकाला स्पर्श

केला, तो अनेक रूपांत वास्तव्याला असलेल्या स्वतःच्याच अस्तित्वाच्या मनोरंजनासाठी. मग 'मला असं सुचतं, मी कथा कशी सांगतो,' वगैरे स्वरूपाचे लेख मला पटत नाहीत. आत्मचरित्र यावरही फार विश्वास नाही, तो याच कारणासाठी.

यशाची गाथा सांगता सांगता जसं घडत गेलं तसं फक्त उलगडत जायचं ठरवलं, तरी समर्थांनी सांगितलेल्या मूर्खांच्या लक्षणांच्या यादीची भीती वाटते. 'कॅमेरामनचा रोल स्वीकारून चित्रण केलं तरीही 'पटकथाकाराची लेखणी' या भूमिकेतून वाचकानं हे चित्रण पाहिलं तर?' ...अशी धास्ती वाटते.

वाचक, प्रेक्षक, श्रोते यांची मला आता शाश्वती वाटत नाही. लेखकाचा एखादा प्रयत्न फसला तर माणसं त्याच्यावर कशी जंगली श्वापदासारखी तुटून पडतात, या अनुभवातून मी नुकताच गेलोय.

'एक फसलेला गजरा.'

पोराबाळांसकट 'छायागीतातला' शारीरिक धांगडधिंगा, कॅब्रेटाईप अर्धनग्नावस्थेतली दृश्यं चवीनं पाहताना एकाही मराठी अभिरुचीसंपन्न (?) कुटुंबाच्या पावित्र्याला धक्के बसले नाहीत; पण याच समाजातल्या माणसांनी, माझा गजरा परवडला इतकी बीभत्स, अश्लील, असभ्य, रानटी, खुनशी पत्रं लिहिली. जेवण जाऊ नये, रात्ररात्र तळमळत घालवावी, फोन वाजला तर जीव घाबरावा..., असे दोन महिने काढले. फुलांचं निर्माल्य झालं की आपण ते टाकून देतो. पारिजातकाच्या फुलांचं निर्माल्य म्हणजे तर त्याचा चिखलच होतो. पण हमो, गंमत अशी, की 'मे' महिन्यातल्या गजऱ्याचा हा चिखल काही लेखकांनी 'ऑगस्ट'पर्यंत सांभाळून ठेवला. त्यात टीका आणि उपहासाची कमळं अजून उगवताहेत. तर काही धोपटीवाले लेखक 'मी तुमची बाजू मांडणार आहे,' अशी 'गगनभेदी' आरोळी ठोकून धावले आणि हातातल्या वाघनखांसहित त्यांनी पाठीवरून आपलेपणाचा हात फिरवला.

या सर्व पार्श्वभूमीवर मी कथाकथनाच्या वाटचालीतले आनंदाचे, दगदगीचे, फसवणुकीचे किस्से का सांगावेत? काहूर उठलं ते याचं. कथाकथनाच्या वाटचालीतून आत्मकथन चुकवता येणारच नाही. तुम्हालाही तेच हवंय. कथाकथन नकोय; त्यामागची कथा आणि व्यथा हवी आहे.

'मी लिहू शकत नाही' असं म्हणालो असतो तर तुम्ही कुणाला तरी मुलाखत घ्यायला पाठवणार. ते तर जास्त भयानक. सुधीर गाडगीळांनी केसाची झुलपं उडवीत, गोंडस हसत, कॅसेटच्या निमित्तानं मुलाखत घेतली. ती छापण्यापूर्वी वाचून दाखवून, अप्रुव्हल घेण्याचा शिष्टाचार आणि वृत्तपत्रीय संकेत बाजूला ठेवून छापली आणि पुढं त्याचा बेदम उपद्रव झाला.

आजवरच्या हिरवळीतूनच जाणाऱ्या वाटेवरचा हा एकमेव चकवा.

सातत्यानं सुखवणाऱ्या श्रावणातला 'वैशाखवणवा'.

कथाकथनाच्या प्रवासातला हा लँडमार्क म्हणून मी हा उल्लेख केला.

अशा सगळ्या आंदोलनात मी हा लेख लिहितोय. तुम्ही असं विचाराल, 'पत्राचा फॉर्म कशासाठी?'

तर एक फसवा आनंद. हे मित्राशी केलेलं हितगुज आहे. मित्राला आपण स्वतःचं यश, अपयश बिनासंकोच कळवतो. त्यात एक निखळ मोकळेपणा असतो. फसवणूक झाली तर तडफड व्यक्त करता येते. कुणी कौतुक केलं तर तेही गौरवानं सांगावंसं वाटतं. तर आपलं चुकल्याचं जाणवलं तर छळणारी खंत फक्त मित्राला समजते! म्हणून पत्र.

ही स्वतःचीच फसवणूक आहे हे मान्य करीत लिहायचं. हार्ट ट्रान्सप्लांट ऑपरेशनच्या वेळी जो रोगी जेमतेम एक तास जगेल किंवा कदाचित पुढच्याच मिनिटालाही तो जाईल, असं असूनही त्याचं हृदय काढून घेणं पटत नाही. ऑपरेशन थिएटरमध्ये ज्याला नवं हृदय बसवायचं आहे, त्याची पूर्वतयारी झाली आहे- आता फक्त 'गोविंद घ्या, गोपाळ घ्या' करीत डोनरचं हृदय कापायचं आणि इकडे बसवायचं. पण धुगधुगी असली तरी पेशंट जिवंत आहे. आपण त्याची हत्या केली आणि दुसऱ्याला जगवलं, ही भावना मनातून जात नाही. मग एक सर्जन दुसऱ्याला विचारतो,

'पल्स बघा लागते का?'

'आत्ताच बंद पडली.'

मग कुणीतरी ॲनॅस्थॅटिस्टकडे बघतो. तो सांगतो,

'श्वास मघाशीच थांबला.'

मग कोणीतरी म्हणतं, 'इट अपिअर्स, ही इज डेड.'

आणखी एक आवाज, 'सर्टनली'.

'देन रिमूव्ह द हार्ट इमिजिएटली.'

एवढा मॉरल सपोर्ट ते एकमेकांना देतात. शस्त्रक्रिया करतात.

मी तेच करतोय. हा लेख नसून, हे 'हमो' ना पत्र आहे, या लटक्या समाधानाशिवाय मी हा लेख लिहू शकणार नाही.

कथाकथन म्हटलं की अजून हे मन, 'कथाकथन' हा शब्दच जन्माला आला नव्हता, त्या काळात पटकन जातं. एकोणीसशे चाळीस.

आजही हे मन सेहेचाळीस वर्षं मागं जातं. सेहेचाळीस वर्षांच्या कालावधीमध्ये पाटीवर कमी मजकूर लिहिला गेलेला नाही! शिक्षण, सत्तावीस

वर्षांची नोकरी, तिथले भ्रष्ट साहेब, निर्णय फिरवण्याची त्यांची हातोटी, नात्यातल्या आणि परिचयाच्या एकशे अठ्ठावीस माणसांचे मृत्यू, तसेच काहींचे जन्म, विवाह, बारशी कितीतरी घटना या पाटीवर उमटल्या आहेत. पण कथाकथन म्हटलं की हे मन सेहेचाळीस वर्षं मागं जातं. एकोणीसशे चाळीस मध्ये पाटीनं टिपलेलं चिंचोरे मास्तरांचं चित्र अद्यापि कोरं करकरीत आहे. 'पानिपतची लढाई आपण हरलो' हा धडा शिकवण्याच्या दिवशी त्यांना त्या विचारानं शाळेचा जिना चढवत नव्हता.

"आज एक फार लांच्छनास्पद दुःखद घटना घडली आहे" अशी त्यांनी सुरुवात केली. पराभूत झालेल्या पेशव्यांपर्यंत पोहोचण्याइतकी आमची मनं तरल झाली नव्हती; पण कोणत्याही दुःखानं का होईना, चिंचोरे सरांनी रडता कामा नये, या भावनेनं अख्खा वर्ग रडत होता. मग पानिपतच्या लढाईची हकिगत मित्रांना सांगत असताना आपले हावभाव चिंचोरे सरांसारखे होत असतील का, या प्रश्नानं काहूर माजायचं. हातवारे करता येतील तसे; पण हावभावाचं काय?

कथाकथनाच्या यशाची पायरी... त्या पहिल्या पायरीवर नक्की चिंचोरे सरांचं नाव आहे.

आज मला गलबलतं ते आयुष्याला पडणाऱ्या या मर्यादांमुळे. प्रत्येकाच्या आयुष्यात त्यानं नतमस्तक व्हावं असं एक, वा अनेक स्थानं असतील. त्या त्या व्यक्तीची अलौकिकता ज्याची त्याला. चिंचोरे सरांबद्दल मी असं लिहिलं की मला वाटतं, 'चला, मी त्यांना आता अलौकिक, अजरामर केलं' पण वाचक तेवढा भाग कोरडेपणानं वाचून पुढे जाणार. त्यांचे डोळे पाणावणार नाहीत. हे अटळ आहे. तरीही त्याचा त्रास होतो. ही अशी स्मारकं अनेकांनी आपापाल्या मनात वेगवेगळ्या व्यक्तींची जपलेली असतात. 'ग्रेव्हयार्ड'मधल्या कोणत्या स्मारकापाशी असा जो तो वेळीअवेळी पटकन गुडघे टेकून अश्रुपात करून येत असेल, हे सांगणं मुश्कील आहे. समरस होऊन जे सांगायचं, ते कसं- हे न संपणारं धन चिंचोरे सरांनी दिलं यात शंकाच नाही. त्यामुळे आज कोणतीही हकिगत मी निर्जीवतेनं सांगूच शकत नाही.

आमच्या घरी सुदामे नावाचे गृहस्थ येत असत. त्यांनी केलेल्या नकलांचा ठसा अजून त्या पाटीवर उमटलेला आहे. बंगल्यात डोळेकाकांचं बिऱ्हाड होतं. जाड्या-रड्यापैकी जाड्याचा शर्ट घट्ट होईल असा देह. त्यांनी एकदा एक वात्रट कथा सांगितली. फर्ग्युसन कॉलेजमधले केमेस्ट्रीचे प्राध्यापक इतकी छान बालकथा सांगू शकतो, हा चमत्कार होता. आठ-नऊ वर्षांच्या मुलांना खऱ्या

अर्थानं पोट धरून हसायला लावेल, इतपत ती कथा जोरदार होती. ताबडतोब दुसऱ्या दिवशी त्या कथेचं वर्गात प्रात्यक्षिक. मुलं बेसुमार हसत होती, यात नवलच नव्हतं. पण स्वतः चिंचोरे सरांना हसणं अनिवार झालं होतं. त्या दिवसापासून कोणत्याही वर्गावर 'ऑफ पिरियड' असला की माझा चालणारा वर्ग सोडून चिंचोरे सर मला वर्गावर्गावर घेऊन जायचे आणि ती कथा सांगायला लावायचे.

माझी मावशी अतिशय हुशार. त्या काळात व्हर्सटाईल विशेषण लावता येईल अशी. तिच्याजवळचे किस्से, हकिगती न संपणाऱ्या. कल्पनाशक्ती विलक्षण. स्वतः किस्से तयार करायची. फिरक्या घ्यायची. तिचा सेन्स ऑफ ह्युमर आणि शैलीचा खूप मोठा वाटा माझ्या निवेदनात आहे. पण त्या काळात मी 'इडलिंबू' म्हणून मोठ्या माणसांच्या गप्पांकडे फिरकून दिलं जात नसे.

कथाकथनाची आणखी एक आठवण.

दुसऱ्या महायुद्धाचा काळ.

धोक्याचा भोंगा झाला की पहिल्या यत्तेतली सगळी मुलं मधल्या हॉलमध्ये खूप प्रशस्त लाकडी प्लॅटफॉर्म होता त्याखाली मावत. मग तिथं आमच्या कथा सुरू व्हायच्या.

पहिल्या जाहीर कथाकथनाचं श्रेय माझे साडू श्री. प्रभाकर पाध्ये यांना द्यायला हवं. ठाण्याच्या न्यू इंग्लिश स्कूलमध्ये त्यांनी कार्यक्रम आयोजित केला. माझ्याबरोबर तेव्हा शांता शेळके होत्या. श्रोते आपलं ऐकतात एवढा दिलासा त्या कार्यक्रमानं नक्कीच दिला.

त्यानंतर तुरळक कार्यक्रम इकडे तिकडे येतच राहिले. त्यातही ठाण्याचं प्रमाण प्रारंभी जास्त होतं.

अशाच एका कार्यक्रमात मी कथेचं नाव जाहीर केलं,

'कैफ'

पटांगण गच्च भरलं होतं. मागच्या बाजूला साठ सत्तर कॉलेज स्टुडंट्स उभे होते. मी नाव जाहीर करताच मागून आवाज आला,

'ही कथा आम्ही ऐकली आहे.'

मी संभ्रमात पडलो. कारण माझ्या रेकॉर्डप्रमाणे ही कथा मी प्रथम सांगत होतो. मग मी म्हणालो,

'मी या कथेला प्रारंभ करतो. पहिली पाच-दहा वाक्यं होऊ देत. ती वाक्यं ऐकत असताना जर तुम्हाला असं वाटलं की ही कथा आपण ऐकलेली आहे,

तर आत्ता जसा आरडाओरडा केलात तसा पुन्हा करा. मी तिथंच थांबीन, कथा बदलीन.'

मुलं शांत झाली.

कथा पूर्ण झाली. माझ्या समवेत त्या वेळी 'शंना' होता. त्यानं त्याची कथा सुरू केल्यावर मी खाली उतरलो. चालत चालत मागे गेलो आणि त्यांना म्हणालो,

'गेल्या वर्षी तुम्ही जी कथा ऐकलीत तिचं नाव होतं, 'जिद्द.' नामसाधर्म्यानं घोटाळा झाला. पण तुम्ही विरोध दर्शवलात ते मला आवडलं.'

त्यांना एवढं महत्त्व दिल्यावर एक जण म्हणाला,

'तुम्ही आता काहीही सांगा हो, आम्ही ऐकू.'

मुलं शांत झाली. कार्यक्रम संपला.

आपला श्रोता हाच आपला 'देवा.' बालगंधर्वांप्रमाणे मी जरी 'मायबाप हो' अशी कधी हाक मारली नाही, तरी मनात भाव तोच आहे.

एकोणीसशे त्रेसष्ट, चौसष्ट सालची ही हकिगत असावी. त्यानंतर मात्र एकदम अलीकडचा किस्सा आठवतो तो एकोणपन्नासाव्या साहित्य संमेलनाचा. मी आणि इतर कथाकथनकार व्यासपीठाकडे चाललो होतो. आठ-दहा हजारांच्या समूहापुढे कथन करण्याची ती आयुष्यातली पहिलीच वेळ होती. तेवढ्यात आयुष्यातली पहिलीच वेळ होती. तेवढ्यात कुणीतरी एकानं धावत धावत एक चिठ्ठी आणून दिली. ती दुसऱ्या कथाकथनकाराला होती. त्यानं ती वाचून निर्विकारपणे फेकून दिली. तिसऱ्यानं दुसऱ्याला विचारलं,

'काय म्हणतोय?'

तितक्यात निर्विकारपणे चिठ्ठी वाचणारे म्हणाले,

'अऽ ऽ, विशेष काही नाही. त्याच त्याच कथा सांगू नका' अशी चिठ्ठी होती.

त्या कथाकथनकारानं तीच कथा सांगितली.

संग्रही भरपूर कथा असताना, कॅलिबर असताना आणि मराठीत कथाकथन करणारे हाताच्या बोटांवर मोजण्याइतकेही नसताना, या कथाकथनकारांनी या कलेकडे एवढं वरवर का पाहिलं, हे कोडं सुटणारं नाही.

कथाकथनाचा प्रसार मराठी सभेनं केला, हे निर्विवाद. मराठी साहित्य सभा म्हटलं की देविदास तेलंग आठवतात. मायक्रोफोनसमोर कधीही न आलेला कलाकार नाट्य आणि साहित्यप्रांतात काहीतरी भव्य दिव्य घडावं याची अहर्निश तळमळ असणारा आणि त्यासाठी विलक्षण तडफडणारा एक साधा

जीव. स्वतःच्या पदराला खार लावून या माणसानं अनेक उपद्व्याप केले. व्यावहारिक यश या उपद्व्यापांना मिळतं तर ते उपक्रम नव्हे, पराक्रम ठरले असते. नाट्य विषयाला वाहिलेलं 'नांदी' नावाचं साप्ताहिक त्यांनी काढलं. 'नांदी'तर्फे त्यांनी नाट्यव्यावसायिकांचे मेळावे भरवले. सर्वश्री श्रीराम लागूंपासून विजय तेंडुलकरांपर्यंत आज विद्यमान असलेल्या प्रत्येक नाट्य व्यावसायिकाला देविदास तेलंग ही छोटी मूर्ती माहीत आहे. कोणत्या तरी सिगारेट कंपनीला किंवा लक्षाधिशाच्या दाढीला हात लावून नाट्यरजनी भरवण्याचं टेकनिक या छोट्या माणसाला जमलं नाही. तो दारिद्र्यातच संपला. गरज संपली की त्या माणसाला दूर सारायचं शहाणपण शिकायच्या आत तेलंग वारले. पण नाट्यसंमेलनाला कलावंत काय जमतील असे मेळावे या बटुमूर्तीनं जमवले.

आंतरमहाविद्यालयीन कथाकथन स्पर्धा हा उपक्रम देविदासचा. राजाभाऊ बढेही त्यात होते. पण पळापळ देविदासचीच. दर वर्षी आम्ही त्यांना विचारीत असे, 'देविदास, यंदा फटका कितीला?'

ते हसून विचारायचे, 'फंक्शन दणदणीत झालं की नाही सांगा!'

'या धुंडीराजाला वास्तविक त्याचा कान धरणारी बायको मिळायला हवी होती, त्याऐवजी 'कान भरणारी' बायको मिळाली. स्वतःच्या पदराला खार लावून मदत करणारी संध्या सावंत, मामा सावंतसारखी मित्र मंडळी असल्यावर देविदासला काय कमी? फायद्याची कलमं या मंडळींना आयुष्यभर दिसलीच नाहीत, त्यामुळे 'मा फलेषु कदाचन'चा कृष्णोपदेश इथं फिजूल होता. स्वार्थाची जमीन कसल्याशिवाय, स्वार्थाची कलमं मूळ धरीत नाहीत. देविदास काय, संध्या सावंत काय...ही माणसं वेगळीच.

एका संक्रांतीला संध्या सावंत आणि मामा सावंतांनी गिरगावातल्या लक्ष्मीबागेत संध्याकाळी कथाकथन ठेवलं. नुसतं कथाकथन करण्याऐवजी, म्हणजे पाच वेगवेगळ्या कथा सांगण्याऐवजी एक सूत्र घ्यायचं, निवेदन तयार करायचं आणि त्यात कथा गुंफायच्या. निवेदनासाठी दादरच्या 'अल्फा वॉच कंपनी'च्या कुलकर्ण्यांची मुलगी ज्योती तयार झाली. ज्योती स्कॉलर... वक्तृत्व वगैरे विषयाची आवड असलेली. इतकंच नव्हे, तर त्यात प्रावीण्य मिळवलेली. 'दख्खनराणी' ही श्री. बापटांची कविता मी तिच्याकडून ऐकली. माझ्या घरात आमची ती 'दख्खनराणी'च होती.. तर तिचं निवेदन.

संध्यानं तीनशे आमंत्रणपत्रिका छापल्या. तिळगुळाचे लाडू केले. तीनशे माणसांच्या कॉफीपानाची सोय केली आणि हे सगळं एक रुपया नाममात्र तिकिटात. काही तिकिटं मी खपवायला आणली. पण स्वभाव नडला. 'माझ्या कार्यक्रमाला तुम्ही या आणि त्याचं तिकीट एक रुपया आहे,' हे तोंडून

येईचना. पन्नासच तिकिटं खपवायला घेतलेली. तिकिटं जाऊ लागली; पण कनवाळू मित्र एक रुपया काही पटकन वा न मागता देईनात. आमची आर्थिक परिस्थिती बेतास बात. वृत्ती भेकड. मी संध्याकाळी संध्याकडे गेलो. तिकिटांचा गठ्ठा तिच्या हातात दिला.

'खपत नाहीत का?'

'परिचयाच्याच माणसांत मी तिकिटं खपवू शकतो; पण त्यांना 'एक रुपया द्या' हे म्हणायचं धाडस होत नाही आणि ती माणसं आपण होऊन पटकन रुपया काढून देत नाहीत.'

संध्या शांतपणे म्हणाली,

'तीनशेच्या तीनशे तिकिटं फुकट वाटली गेली तरी चालतील. आपण कार्यक्रम आनंदासाठी करत आहोत. आता चिंता करायची नाही.'

कार्यक्रम संध्यानं डामडौलात सादर केला. सव्वादोनशे रुपयांचा लॉस.

कार्यक्रम संपल्यावर मी विचारलं,

'संध्या काय करायचं?'

त्याही वेळेला डोक्यावर हजारो रुपयाचं कर्ज असताना ती हसत म्हणाली,

'पुरुषासारखे पुरुष असून तुम्ही कर्जाला घाबरता? आपण दोघं एकत्र आलो तर हजारो रुपये उभे करू शकतो, फेडू शकतो.'

संध्या सावंत आणि मामा हा एक स्वतंत्र विषय आहे. कितीही मनस्ताप असला, संकटं कोसळली, कर्जाचे डोंगर उभे राहिले, तरी ज्यांच्या चेहऱ्यावरचं हास्य मावळत नाही, ते सगळे 'फायद्याची कलमं न पिकवणारे बागाईतदार.' गोल चेहरा, आकर्षक व्यक्तिमत्त्व, सावळा वर्ण, काहीशी स्थूल पण एकूण डोलात, भरपूर मेहनत करायची तयारी आणि दाभोळकर सॉलिसिटर्ससारख्या शिस्तप्रिय ऑफिसची अनेक वर्षे नोकरी, ही सगळी जमेची बाजू. नशिबाचा एकच टक्का, ललाटलेखी कर्मी; नाहीतर आयुष्यात अमाप यश मिळायला हरकत नव्हती संध्या सावंत या व्यक्तीला.

काही का असेना, लक्ष्मीबागेतला अस्मादिकांच्या आयुष्यातला तो पहिला तिकीट लावून प्रयोग. तीनशे तिकिटं आणि सव्वादोनशे लॉस. 'वसंताचा कार्यक्रम रुपया देऊन कसला ऐकायचा?' असं म्हणत मित्रमंडळी आली. एका मित्रानं तिकिटाचा रुपया दिला; पण दोन दिवसांनी जेव्हा सहज गप्पाटप्पा करायला तो घरी आला, तेव्हा म्हणाला,

'परवा काही एवढा मजा नाही बुवा आला.'

'मग आता काय करू या?'

'रुपया वाया गेला.'

'रुपयासाठी रडू नकोस. पाहिजे तर रुपया परत जा घेऊन.'

'दे.'

मी मुकाट्यानं रुपया दिला आणि त्यानं तो घेतलाही.

पहिलावहिला दौरा म्हणता येईल तो गोव्याचा. श्री. माधवराव गडकरींनी आयोजित केलेला. मी सातत्यानं चार दिवस 'माधवराव' या झंझावाताच्या सहवासात होतो. कार्यक्रम करायचा, जेवण घ्यायचं, माधवरावांच्या गाडीत बसून पुढच्या गावासाठी प्रस्थान ठेवायचं, असं चार दिवस. गोव्यातली निसर्गानं 'अनंतहस्ते' दिलेली संपत्ती पाहावी, की माधवराव गडकऱ्यांच्या मनाच्या श्रीमंतीनं थक्कं व्हावं, हे कोडं अजून सुटलेलं नाही आणि आता मी ते सोडवायच्या भानगडीतही पडत नाही. त्यांच्या सहवासाचा परिणाम इतका जबरदस्त झाला, की आयुष्यात अगदी प्रथम कथाकथन करताना मी ब्लँक झालो. कार्यक्रम वास्कोला होता. सकाळी दहा वाजता होता. समारोपाच्या शेवटच्या कथेत, अशाच एका मनाची श्रीमंती दर्शवणाऱ्या माणसांची कथा होती. कथा संपेपर्यंत मी मनाला आवर घातला होता. कथेच्या आरंभापासूनच मला कथानायकाच्या जागी माधवराव दिसत होते. कथेचा शेवट जवळ येऊ लागला आणि माझा बांध कोसळू लागला. कथेचा शेवट मला आठवेना आणि कथा कशीतरी गुंडाळून मी व्यासपीठावरच रडलो. हमो, त्या दिवशी एक शिकलो, की कथाकथनात कितीही इनव्हॉल्वमेंट झाली तरी 'निवेदक' जागा हवा, अलिप्त हवा. भावनांचा कितीही उद्रेक झाला तरी त्यातला 'कथक' काठावरच हवा. आजवर चौदाशे कार्यक्रम झाले. 'सहन! ठुमरी! ऋतु बसंती रुठ गयी', 'गार्गी' यांसारख्या कथा मला स्वतःला मुळापासून हादरवून टाकतात. कार्यक्रम संपताक्षणी भेटायला येणाऱ्या आप्तस्वकियांचे चेहरे मला ओळखता येत नाहीत. पण तरीही माझ्यातला कथक वेगळा असतो.

दिवाळीत फुलबाजीनं भुईनळा पेटवावा; पण तरीही फुलबाजीनं संपून जाईपर्यंत स्वतः जळत राहावं, तसा मी असतो. वरवर जळतो, पण आतली तार शाबूत. माधवराव गडकरींच्या सहवासानं मला हे जागेपण शिकवलं. कार्यक्रम संपताक्षणी एअरपोर्ट गाठायचा होता. जेवायला अवधी उरला नव्हता. माधवराव म्हणाले, 'गोव्याचा आणि माझा निरोप न जेवता घेणार? कसं शक्य आहे? शांतपणे जेवून घ्या, विमान पंधरा मिनिटं थांबवून धरतो.'

हमो,

या आठवणींच्या जोरावरच 'एक रुपया परत मागणाऱ्या मित्राला क्षमा करता येते.'

माधवरावांनी मला काय दिलं?– मातब्बरी कशाची...? गोव्यात कार्यक्रम घडवले याची...? चार दिवस स्वतःच्या आयुष्यातले दिले याची...? मोटारीतून गोवाभर फिरवलं याची...?

अपूर्वाई कशाची...?

– तर भविष्यकाळात, त्यानंतर, जेव्हा जेव्हा उदासीनतेचे, वैय्यर्थाच्या भावनेचे झटके आले, त्या त्या प्रत्येक वेळी 'जगण्यासारखं खूप आहे' असं वाटायला लावण्यासारख्या क्षणांचा आहेर केला. आपण हे ऋण फेडू शकत नाही, याचा आनंद माधवरावांनी दिला. याची अपूर्वाई.

रूपारेल कॉलेजचे मराठीचे प्राध्यापक ल.ग. जोग. या माणसानं असंच उदंड प्रेम केलं. त्यांच्या नावामागं 'कै.' लावायला आत्ताही लेखणी धजत नाही. 'गोवा' गावाची सांगड कशी कायम माधवरावांच्या आठवणींशी निगडित आहे. त्याप्रमाणे कोजागरीचं नातं माझ्या कथाकथनाच्या विश्वात जोगांशी आहे.

काही कलावंत जसे शेवटपर्यंत उपेक्षित राहतात, तसे अजातशत्रू जोग सर उपेक्षित राहिले. अल्पायुष्याचा शाप या लोकप्रिय, निगर्वी प्राध्यापकाला असावा हे माझ्यासारख्या अनेक लेखकांचं दुर्दैव. समोरच्या नवोदित वा प्रथितयश लेखकाच्या लेखनातील जमेची बाजू ज्यांना प्रथम दिसत असे, असे माझ्या माहितीतील एकमेव टीकाकार, ल. ग. जोगच. 'मराठी साहित्य आणि त्यातील उणिवा ' या स्वरूपाचे हंबरडे त्यांनी कधी फोडले नाहीत.

अशाच एका कोजागरीला त्यांनी चांदण्या रात्री माझं कथाकथन रूपारेल कॉलेजच्या ग्राऊंडवर ठेवलं. दोन्ही दिशांनी, म्हणजे डाव्या-उजव्या दिशांनी दोन स्पॉट लाइट्सची व्यवस्था होती. प्रास्ताविक भाषाणात ते म्हणाले,

'कोजागरीच्या चांदण्यात कार्यक्रम आयोजित करायचा आणि हे असे स्पॉटलाइट्स तेवत ठेवायचे, हे मला व्यक्तिशः पटत नाही. पण 'वपुं'च्या कथाकथनाप्रमाणेच त्यांचा कथनाला पोषक असा जो अभिनयाचा भाग आहे, तोही अवलोकनाचा आणि अभ्यासाचा विषय आह, म्हणून ही प्रकाश योजना. त्यातूनही विद्यार्थ्यांना हे दिवे आवश्यक वाटत नसतील तर केवळ चांदण्यात कथाकथन करण्याची 'वपुं'ची तयारी आहे.'

यावर विद्यार्थ्यांनी 'प्रकाश योजना हवी' असं एकमतानं सांगितलं. त्यानंतर जोग सर मिस्कीलपणे म्हणाले,

' 'वपुं'नी आता कार्यक्रमाला प्रारंभ करावा आणि कथा सांगत असताना त्यांनी अधूनमधून मुलांकडेही पाहायला हरकत नाही, अशी मी त्यांना परवानगी देऊन ठेवतो.'

मग मीही जरा गंमत केली. कार्यक्रमाच्या प्रारंभी मी म्हटलं,

'चांदणी रात्र असूनही जोग सरांनी, 'वपुं'अभिनय करतात' वगैरे सांगून, ही जी प्रकाश योजना केली आहे, ते मी कुणाकडे जास्त बघतो, हे पाहण्यासाठीच केली आहे, हे मला समजलंय.'

या स्वरूपाची फिरकी, हसत हसत स्वीकारणारे जोग सर एक कायमची जखम करून गेले आहेत. 'स्वर' कथासंग्रहाच्या संकलनानं, प्रस्तावनेनं त्यांनी जो आशीर्वाद दिला आहे, त्यानं जो आत्मविश्वास निर्माण केला, तो खूप काळ पुरणारा आहे. लेखन-कथनाच्या दृष्टिकोनातून ज्या काळात आपल्या मर्यादा, उणिवा सांगण्याऐवजी, बलस्थानं कोणती आहेत हे सांगणारा टीकाकार भेटणं आवश्यक होतं, त्या काळात 'ल.गं.'सारखी व्यक्ती भेटली हे माझ्यातल्या लेखकावरचं न फिटणारं ऋण आहे.

कोजागरीवरून कितीतरी प्रसंग समोर येतात. प्रसंग म्हणजे काय, तर वेगवेगळ्या कार्यक्रमांचे प्रारंभ. 'गंजिफा' नावाचा एक पत्त्यांसारखा खेळ आहे. त्या खेळात 'अखेरी' साधणं महत्त्वाचं मानतात. त्याच्या अगदी उलट कथाकथनाचं म्हणता येईल. इथं प्रारंभ जिंकावा लागतो. श्रोत्यांना कथाकथनकार किंवा त्याच्या कथनातला अनुभव त्यांच्यातलाच वाटावा लागतो. हा समोरचा माणूस कुणीतरी 'ऐकवणारा' आहे, असं श्रोत्यांना वाटता कामा नये. हा संवाद साधण्याच्या तळमळीनं आलेला आहे, असं त्यांना वाटलं पाहिजे. स्वतःला आलेले अनुभव, त्यावरून कथाकथनकारानं काढलेले निष्कर्ष वा घेतलेले निर्णय हे बरोबर आहेत की चुकीचे याचा संभ्रम दूर करवून घेण्यासाठी तो कथा सांगणार आहे, असं ऐकणाऱ्याला वाटलं पाहिजे.

मला इतर कथाकथनकारांची वा लेखकाची निर्मितीमागची भूमिका काय आहे, हे खरोखरीच माहीत नाही. माझ्या वृत्तीचा जो स्थायीभाव आहे, तोच लेखनाचा आहे आणि अपरिहार्यपणे कथनाचाही तोच भाव आहे. माझी जी जगण्याची प्रोसेस आहे, तीच लेखनाची आहे.

म्हणजे नक्की काय?

तर, एखाद्या घटनेवर स्वतःचा असा वेगळा विचार करण्याची क्षमता आल्यापासून, माणसाचं जाणिवेनं जगणं सुरू होतं, असं मला वाटतं. मनात येणाऱ्या विचारांची देवाणघेवाण केल्याशिवाय चैन पडेनासं झालं म्हणजे संस्कार, शिक्षण 'लागू' पडायला सुरुवात झाली म्हणायचं. मला स्वतःच्या आयुष्यातला तो दिवस टिपता येणार नाही. पण जेव्हा केव्हा ती जाणीव झाली, त्या दिवसापासून सहवासात येणाऱ्या माणसाजवळ माझा संवाद सुरू

झाला. मी कुढ्या वृत्तीचा नाही. अकारण गप्प राहिल्यामुळे आयुष्य अवघड करून घेणाऱ्यांपैकी नव्हे. प्रसंगी मी नको इतकं कम्युनिकेट करत असेन. माझ्या आसपास आपोआपच बोलघेवड्यांचं शेत आणि गप्पांचे मळे पिकल्यास नवल नव्हतं. संसारातल्या, व्यवसायातल्या सुखाच्या, दुःखाच्या उपेक्षा-अपेक्षांच्या पूर्तीच्या, भंगाच्या इ. सगळ्या समस्यांची चर्चा करीत करीत माणसं आपली नौका पाण्यावर ठेवायचा प्रयत्न करतात, हे मी पाहिलं.

मीसुद्धा यापेक्षा वेगळं काहीच केलं नाही.

प्रतिभेचं ईश्वरी वरदान अल्प प्रमाणात मिळाल्यामुळे लेखणीच्या आधारानं माझी स्वगतं मी वाचकांसमोर मांडली.

प्रत्येक कथेत 'वपु' डोकावतात, वाङ्मयीन अलिप्तता 'वपुं'ना साधली नाही वगैरे स्वरूपाची टीका पंचवीस वर्षे होत राहिली. माझ्या लेखनामागचा हेतूच जिथं 'संवाद' जोडण्यासाठी होता, तिथं 'अलिप्ततेचा' सवाल येतोच कुठे?

याच कारणापायी कदाचित असेल; नव्हे, आहेच आणि ते म्हणजे मी निसर्गवर्णनात कधी रमलो नाही. मला प्रवासवर्णनं साधली नाहीत. फार कशाला, माणसांच्या व्यक्तिमत्त्वाची वा स्त्री-पुरुषांच्या सौंदर्याची, शृंगाराची वर्णनं, यात मला कधी रस वाटला नाही.

लेखनातल्या या मर्यादा मात्र कथाकथनातल्या सामर्थ्याच्या जागा ठरल्या. कथा सुरू होताक्षणी पहिल्या तीन मिनिटांत वाचक- नव्हे श्रोता, आपल्या कथेत गुंतला पाहिजे.

मला या क्षणी वेगवेगळ्या कार्यक्रमांचा प्रारंभ आठवतो. या 'ट्रिक्स' नव्हेत. 'प्लेइंग टु द गॅलरी'चा सवालच उपस्थित होत नाही. याचं कारण कथाकथन कार्यक्रमाच्या बाबतीत पुढचा प्लॅन अगोदर भरतो. नाटकात आणि कथाकथनात, परफॉर्मिंग आर्ट या दृष्टिकोनातून किती फरक आहे, हे हगो, मी सांगायची गरज नाही. पण मध्यंतरी पुण्याला 'बालगंधर्व'मध्ये प्रयोग असताना लक्षात ठेवण्यासारखा आणि सांगण्यासारखा एक प्रकार घडला. प्रकार म्हणजे, एका विचारवंत व्यक्तीचा सल्ला. 'घाशीराम कोतवाल'चा परदेश दौरा संपवून श्री. राजगुरू नुकतेच परतले होते. ते त्या दिवशी कथाकथनाला आले होते. मध्यंतरात ते मला म्हणाले,

'काहीही झालं तरी तुमचं कथाकथन तुम्ही 'एकपात्री' कार्यक्रमाकडे झुकू देऊ नका. ते जर 'एकपात्री'कडे वळलं तर, नंतर अभिनयाच्या मर्यादा, तोचतोपणा, हालचालीतली यांत्रिकता, या सगळ्या लिमिटेशन्स जाणवायला लागतात. एक वेगळी परफॉर्मिंग आर्ट म्हणून कथाकथनाचं हेच स्वरूप जतन

करा.' आणि याच कारणासाठी हमो, कथाकथनाचा श्रोता हा वेगळा श्रोता आहे, असा माझा अनुभव आहे. तुम्हाला माझा विचार पटतो का पाहा. कथाकथन ऐकत असताना श्रोत्याला कथनकाराबरोबर विचार करावा लागतो आणि प्रसंग व्हिज्युअलाइज करायची क्षमताही त्याच्याजवळ असावी लागते.

'प्लॅटफॉर्म माणसांनी सांडून जवळजवळ वाहत होता. गाड्या लेट होत्या. प्रत्येक माणूस प्लॅटफॉर्मच्या टोकाशी जाऊन गाडी आली का हे स्वतः वाकून पाहत होता, स्वतःवर चिडत होता.

या स्वरूपाचं वर्णन केल्यावर ऐकणाऱ्याच्या डोळ्यांसमोर, त्याला स्वतःला, गर्दीनं भरलेला प्लॅटफॉर्म आणता आला पाहिजे. ही कथाकथन या माध्यमाची गरज आहे. हे सामर्थ्य जितक्या कमी-अधिक प्रमाणात श्रोत्यांजवळ असेल, तितक्या कमी-अधिक प्रमाणात प्रत्येक श्रोत्याशी स्वतंत्र संवाद होतो- अनेकांशी एकाच वेळी बोलत असतानाही. त्यांपैकी एकेकाशीच बोलण्याची किमया आणि त्याचा आनंद या माध्यमात मिळतो. गर्दीत एकान्त मिळाल्याप्रमाणे. रंगमंचावरून जेव्हा श्रोते दिसतात, तेव्हा प्रत्येकाच्या वेगवेगळ्या प्रतिक्रिया पाहून एक शब्दातील गंमत वाटते. संपूर्ण सभागृह जरी खळाळून हसत असलं तरी त्यातही एखाद्याचं हसणं त्या सगळ्यांपेक्षा वेगळं असतं. थ्रीटायरनं रात्री प्रवास करायची वेळ आली म्हणजे गाडीचा खडखडाट भेदून एखाद्याचं घोरणं जसं आपलं वेगळं अस्तित्व प्रकट करतं, तसं हे हसणं. याचप्रमाणे, एका कार्यक्रमाच्या वेळी, अशाच एका कथेतला एक प्रसंग एका बाईला इतका अस्वस्थ करून गेला, की ती रडायला लागली. ती स्वतःला सावरायला इतकी असमर्थ ठरली, की शेजारच्या दोन बायकांना तिला सावरावं लागलं. तोपर्यंत मी कथनही थांबवलं. आपला एखादा कथाभाग हजारो श्रोत्यांपैकी सहानुभूतीचा प्रांत कुणाच्या बाबतीत ठरतो; अनुभूतीचा कुणाच्या, तर प्रत्यक्ष अनुभवाचाच भाग कुणाच्या आयुष्याचा ठरतो, हे सांगणं मुश्कील. प्रत्येकाच्या जखमा वेगळ्या, त्या जखमा करणाऱ्या व्यक्ती वेगळ्या, प्रसंग वेगळे. त्यांपैकी खपली धरलेल्या किती आणि सतत वाहणाऱ्या किती, हे कसं सांगायचं? अश्रुपात आवरता न आल्यानं त्यातल्या काही दिसतात. अन्वय समजत नाही; तर त्या फक्त प्रकट होतात. हळुवार जागी वार झाला तरीही त्यावर हसण्याचाच बुरखा चढवण्यात यशस्वी ठरलेल्या माणसांच्या जखमा शेवटपर्यंत समजत नाहीत.

हमो,

पहिल्या दोन-तीन मिनिटांत श्रोता आपल्या कथेत गुंतला पाहिजे, असं मी म्हणालो. त्यासाठी आपोआपच, लिहिलेल्या कथांचे प्रारंभ, ती कथा सांगताना

बदलावे लागतात. बदललेल्या प्रारंभाचीच यादी द्यायचं ठरवलं तर शे-दीडशे उदाहरणं द्यावी लागतील. तो या पत्राचा हेतू नाही; पण हमो, कथांशी संबंध नसलेले, पण वातावरणनिर्मितीसाठी त्या त्या क्षणी सुचलेले अनेक किस्से गंमत म्हणून सांगावेसे वाटतात.

'स्त्रीदर्शन' नावाचा एक कार्यक्रम मी अधूनमधून सादर करतो. आयुष्यात भेटलेल्या विलक्षण वृत्तीच्या बायकांचं चित्रण करणारा हा कार्यक्रम. पुण्यात 'रामनवमी'च्या दिवशी 'बालगंधर्व'मध्ये प्रयोग जाहीर झाला. पुण्यात पोहोचलो आणि धास्तावलो. 'गीतरामायण' कार्यक्रम सुरू होऊन पंचवीस वर्षं झाल्याबद्दल, त्याचा सांगता समारंभ होता. पंधरा हजारांवर, या कार्यक्रमाला उपस्थिती होती. त्याशिवाय कुमार गंधर्वांचा त्याच दिवशी कार्यक्रम. 'कट्यार'चा प्रयोगही होता असं आठवतं. या सगळ्यांचा आपल्या बुकिंगवर नक्की परिणाम होणार.

शेवटच्या बॅट्समनसाठी सगळे फिल्डर्स स्लिपमध्ये उभे करावेत, तशी आपली अवस्था होणार.

आणि हमो, अशा वेळेला 'हाऊसफुल्ल'चा बोर्ड झळकल्यावर काय वाटेल?

त्या दिवशी प्रारंभच वेगळा झाला. रसिकांचे आभार मानीत मी म्हणालो–

'आज गीतरामायणाचा सांगता समारंभ. दहा-पंधरा हजार रसिक तिकडे गेल्याचं समजलं. त्याशिवाय नेहमी गाजणारे कार्यक्रमही गेल्या दोन दिवसांत झाल्याचं समजलं. मित्रांनो, माझ्या कार्यक्रमाचं काय होणार असा विचार करीत इथे आलो. तुमचा प्रतिसाद पाहून लक्षात आलं की, एकपत्नीव्रतावर भक्ती असलेले सगळे गीतरामायणाला गेले आणि उरलेले सगळे माझ्यासारखे इथं जमलेले आहेत.'

इथूनच कार्यक्रम उचलला गेला.

पंढरपूरला अशीच गंमत झाली. डॉ. श्रीखंडे यांच्या घरी उतरलो होतो. कार्यक्रम बरोब्बर सहा वाजता. पावणेसहाला घरातून बाहेर पडलो.

'जाताना दर्शन घेऊ आणि जाऊ कार्यक्रमाला.'

'कार्यक्रम झाल्यावर दर्शन घेतलं तर?'

'का?'

'पांडुरंग हा अत्यंत पॉप्युलर देव आहे. नेक्स्ट टू अमिताभ. त्यामुळे दर्शनाचा ऑफ सीझन कधीच नसतो. केव्हाही आलं तरी पाच-सहाशे भाविक असतातच. मला कार्यक्रम ऑन डॉट सुरू करायला आवडतो. रांगेत वेळ मोडेल.'

डॉक्टर म्हणाले,

'दर्शनासाठी रांग लावायची; मग डॉ. श्रीखंड्याकडे कशाला उतरायचं?'

डॉक्टरांच्या वशिल्यामुळे मी थेट गाभाऱ्यात. देवळात श्रीखंड्यांचा इतका रुबाब, की मी जर पांडुरंगाच्या खांद्यावर हात ठेवून माझा फोटो काढून घेण्याची मागणी केली असती, तर तीही पुरी झाली असती. दर्शन घेऊन मी कार्यक्रमस्थळी पोहोचलो. पाच-सात मिनिटं उशीर झालाच होता. पण मला त्यामुळे प्रारंभ सापडला. मी म्हणालो,

'जनताजनार्दनाला भेटण्यापूर्वी 'जनार्दनाचं' दर्शन आज डॉ. श्रीखंडे यांच्यामुळे घडलं. पंढरपूरच्या देवळातली बारमास गर्दी पाहून मी अनेकदा नामदेवाच्या पायरीवरूनच, दर्शनाविना परतलोय. पण आज डॉ. श्रीखंडे यांच्यामुळे झटपट दर्शनलाभ झाला आणि पुनः एकवार खात्री पटली की, देवापर्यंत झटपट जायचं असेल तर मध्ये डॉक्टर हवाच.'

दीड-दोन हजारांच्या श्रोतृसमाजानं खळाळून प्रतिसाद दिला.

हमो,

या प्रकारच्या प्रासंगिक युक्त्याप्रयुक्त्यांमुळे श्रोते प्रतिसाद देणारे आहेत की नाहीत, याचा अंदाज येतो. श्रोत्यांना 'हा' आपल्यातलाच, असं वाटतं आणि मला जो संवाद अभिप्रेत आहे, तो इथूनच सुरू होतो.

कधीकधी, तुमचा श्रोत्यांना परिचय करून देणारा संयोजक वेगळाच वात आणतो. मी नाव सांगत नाही; पण अशाच एका संयोजकांना, आपल्याला 'वपुं'चं संपूर्ण नाव माहीत आहे, हे सांगायची उबळ आली. त्यांनी प्रारंभ केला–

'आजचे कथाकथनकार 'वपुं'- मी त्यांना 'वसंत पुरुषोत्तम काळे' या संपूर्ण नावानं ओळखतो. वसंत पुरुषोत्तम काळे या नावातला 'पुरुषोत्तम' हा शब्द फार महत्त्वाचा आहे. व.पु. काळे या नावातला हा जो 'पु' आहे तो नेपथ्यकार आहे. वसंतरावांवर हा जो 'पु' आहे त्यानं लेखनाचे संस्कार घडवले. स्वतः काळेसुद्धा आपल्या नावातला 'पु' महत्त्वाचा आहे हे मानतात.'

माय गुडनेस.

एक वेळ माशी हाकलली तर ती उडेल; पण हा संयोजक 'पु' सोडायला तयार नाही.

मराठवाड्याच्या दौऱ्यावर असताना माहुरकर आडनावाचा एक मस्त संयोजक भेटला. अबोल वृत्तीचा हा माणूस एक छुपा रुस्तम होता. हरहुन्नरी होता. 'बारा साहित्य संमेलनाचं' पाणी प्यायलेला होता. माझा परिचय करून

देतानाच काय ते या माणसानं तोंड उघडलं. 'बाते कम, काम जादा' हा मंत्र माहुरकरांना इंदिराजींच्या अगोदरपासून माहीत होता. म्हणजे, मंत्रातले हे चार शब्द उच्चारण्यापुरतंही माहुरकरांनी तोंड उघडलं नसावं. कथाकथनापूर्वीच्या प्रास्तविक भाषणाच्या शेवटी ते म्हणाले,

'सभागृहात लहान मुलं आलेली दिसतात. ती जर रडू लागली तर पालकांनी त्यांना नैसर्गिक पद्धतीनं शांत करावं.'

एवढं बोलून संघाच्या कवायतीप्रमाणे 'बाय रुक' करीत त्यांनी एक्झिट केली.

काही श्रोते हसले. काहींना हसूनच प्रतिक्रिया दर्शवावी का, असा संभ्रम पडला. मी त्याच क्षणी माईकसमोर जाऊन म्हणालो,

'नैसर्गिक पद्धतीनं शांत करावं म्हणजे मुलांच्या वडिलांनी मुलाला घेऊन बाहेर जावं.'

इथं सगळे मनापासून हसले.

अर्थात हे सगळे प्रासंगिक विनोद. त्या त्या वेळी सुचलं म्हणून सुचलं. 'कुदरत की देन.'

प्रतिभा, बुद्धिमत्ता, एखाद्या कलेत प्रावीण्य इत्यादी गोष्टी जर 'कुदरत की देन' असतील, तर कथाकथनासारखा उपक्रम कष्टसाध्य म्हणता येईल का?

आणि जर हा प्रकार कष्टसाध्य असेल तर पंचवीस वर्षांच्या अनुभवावर या कलेबद्दल काही मार्गदर्शनपर सांगता येईल का, विद्यार्थी तयार करता येतील का, या प्रश्नांची उत्तरं देण्यापूर्वी पुन्हा वेगवेगळ्या आंतरमहाविद्यालयीन स्पर्धांचा विचार करावा लागेल. वक्तृत्व स्पर्धा कथाकथन स्पर्धेपेक्षा जुन्या; पण त्या स्पर्धेमध्ये कप व ढाली कॉलेजला मिळवून देणारे विद्यार्थी, भविष्यकाळात फर्डे वक्ते होतातच का?

आंतरमहाविद्यालयीन कथाकथन स्पर्धा देविदासनं सुरू केल्या. वीस वर्षांचा काळ लोटला; पण त्या वेळी ज्या स्पर्धकांना मी स्वतः बक्षिसं दिली, त्यांच्यापैकी कथाकथनकार म्हणून कुणीच नावारूपाला आलं नाही. शैला कर्णिक नावाच्या मुलीनं 'नंदा प्रधान' ही पुलंची व्यक्तिरेखा उभी केली तेव्हा हमो, माधव मनोहरांसारखा परीक्षकही 'वॉर्निंग बेल' द्यायला विसरला. कर्णिकच्या कथाकथनाचा 'इम्पॅक्ट' या क्षणापर्यंत मी स्वतः विसरलेलो नाही. अशी स्पर्धकांची यादी देता येईल. राजेंद्र पाटणकर, शोभना लघाटे, मधुकर जोशी इ. कितीतरी. यावरून कथाकथन हा प्रकार कष्टसाध्य आहे, हा निष्कर्ष काढावा लागेल. पण तरीही हा कष्टसाध्य कलाप्रकार फक्त स्पर्धांपुरताच

कष्टसाध्य ठरेल का, अशी भीती वाटते. मुग्धा चिटणीस हा एकमेव अपवाद वगळला तर सव्वादोनशे प्रयोगांपर्यंत कथाकथनाचा प्रयोग करणारी एकही व्यक्ती नाही. मुग्धा भावे अण्णांच्या आणि एक-दोन माझ्या कथा सांगते. ती स्वतः लेखिका नसल्यामुळे, तिला कायम इतर लेखकांच्या कथनयोग्य कथा निवडाव्या लागणार. 'आमचे आम्ही' या संस्थेतर्फे काही तरुण मंडळी कथाकथनाचा प्रयोग करून लागली आहेत. स्वतः लेखकानं स्वतःची कथा सांगणं आणि या अशा इतर मंडळींनी प्रस्थापित लेखकाच्या कथा निवडून सांगणं, यात प्रचंड दरी पडणं अपरिहार्य आहे. ही त्या प्रयोगक्षम मंडळावर टीका नव्हे. त्यांना नाउमेद करणं हा हेतू तर स्वप्नातही नाही. काही काही अवस्था अटळ आहेत. त्याची ही निव्वळ नोंद आहे. भावगीत वा सुगम संगीत गाणारा गायक आणि ते भावगीत स्वरबद्ध करणारा संगीत दिग्दर्शक यांत जेवढं अंतर कायम राहणार, तेवढंच अंतर लेखकानं स्वतःची कथा सांगणं आणि त्या लेखकाची कथा इतरांनी सांगणं, यात राहणार. श्री. हृदयनाथ मंगेशकरांनी 'भावसरगम'मध्ये गायलेली गाणी खुद्द लताच्या गाण्यापेक्षा कितीतरी सरस वाटतात, याचं तेच कारण आहे. तस्साच फरक कथाकथनाच्या प्रातांत राहणार.

लेखक जेव्हा कथा सांगायला उभा राहतो, तेव्हाची परिस्थिती वेगळी का असते?

तर तो स्वतःच निर्माता असल्यामुळे त्या कथेवर त्याचं सातत्यानं चिंतन चालू असतं. माझ्या कथेचं सूत्र तेच असलं तरी मधला तपशील वा वर्णनं ही अनेकदा वेगवेगळी असतात. ज्या मुख्य घटनांवर एखादी कथा उभी असते, तेवढ्या जागा अबाधित ठेवून इतर डोलारा प्रत्येक कार्यक्रमात वेगवेगळा होत जातो.

फॅन्सी ड्रेस कॉम्पिटिशनमध्ये वरचा पेहराव वेगवेगळा, आतली मूळ व्यक्ती तीच, तसं माझ्या कथाकथनाचं आहे. पुष्कळदा वेगवेगळ्या कथांमधून कार्यक्रमाच्या दिवशी घडलेल्या सामाजिक, राजकीय घडामोडींचंही प्रतिबिंब पडतं. भोवताली घडणाऱ्या घटनांपैकी कथानकाशी ज्या घडामोडीचं सूत जमेल त्या घडामोडींचा उल्लेख किंवा एखादा खवचट कॉमेण्ट मी ऐन वेळी त्या पात्राच्या संवादात टाकतो. त्यासाठी ज्या गावाला कार्यक्रम असेल त्या गावचं स्थानिक वर्तमानपत्र वाचणं आलंच. कधी कधी हॉटेलवर भेटायला येणाऱ्या चाहत्यांकडून त्या गावातल्या घटना समजतात. तिथल्या एखाद्या 'सो कॉल्ड' सोशल वर्करच्या वा पुढाऱ्याच्या गमती किंवा एखादा सामाजिक अन्याय समजतो. त्याचा कथाकथनाच्या वेळी कधी व कसा उपयोग करून घेता येईल,

याचा विचार दिवसभर चालू असतो. खुद्द कार्यक्रमाच्या वेळी प्रास्ताविक करणारा संयोजक किंवा एखादा आगावू श्रोता असेल, तर त्याच्या आगावूपणाला किंवा प्रास्ताविकातल्या एखाद्या अतिरंजित विधानाचा परामर्ष घ्यायचा असेल, तर कोणत्या कथेत तशी जागा मिळू शकेल याचाही विचार चालू असतो. लिहिलेल्या वा पूर्वप्रकाशित गोष्टी पक्षी: कथनातली गोष्ट अनेक परींनी वेगळी होत जाते. 'करजा'सारखा कथा हे त्यांपैकी एक उदाहरण. ही कथा मी जेव्हा कारकिर्दीच्या पहिल्या टप्प्यात, म्हणजे सुमारे पंचवीस वर्षांपूर्वी सांगत होतो, तेव्हा ती कथा दहा-पंधरा मिनिटांत संपायची. त्यानंतर मध्ये दहा-बारा वर्षं ही कथा मी सांगायचं बंद केलं. गेल्या चार ते पाच वर्षांत हीच कथा मी संपूर्ण बदललेल्या फॉर्ममध्ये सांगायला प्रारंभ केला. आता ही कथा सुमारे चाळीस ते पंचेचाळीस मिनिटं चालते. देशस्थांच्या लग्नसोहळ्यातील बेंगरूळपणाची या कथेत मी बेदम खिल्ली उडवतो. पुष्कळशा कार्यक्रमांना मी टेपरेकॉर्डर घेऊन जातो. जे ऐन वेळी कथनाच्या ओघात सुचेल ते नंतर ध्यानात राहीलच याची शाश्वती नसते. घरी गेल्यावर मग ती कॅसेट मी ऐकतो. नव्यानं सुचलेला एखादा विचार फारच प्रासंगिक असेल तर मी त्याची नोंद घेत नाही. पण तो विचार जर चिरंतन स्वरूपाचा असेल, तर कथेत एका नव्या तपशिलाची भर पडते. कथनातल्या कथा अशा सातत्यानं समृद्ध होत जातात.

या एकमेव कारणासाठी लेखकाची कथा लेखकानं सांगणं आणि ती कथा इतर कुणीही सांगणं यात प्रचंड तफावत पडणं अपरिहार्य आहे.

श्री. ग. वा. बेहेरे यांनी मला एकदा विचारलं,

'मूळ लिहिलेल्या कथेमध्ये कथाकथनाच्या वेळी जे बदल तू करतोस त्यामुळे त्या कथेचा आकृतिबंध बदलतो त्याचं काय?'

मी म्हणालो,

'रंगमंचावर ती कथा जेव्हा वेगळ्या माध्यमात साकार होते, तेव्हा त्या माध्यमाचा आकृतिबंध सांभाळणं जास्त महत्त्वाचं आहे.'

कथेवरून जेव्हा चित्रपट निर्माण करतात, तेव्हा मध्ये 'पटकथा' नावाचा एक टप्पा अपरिहार्य आहे. नव्या माध्यमाची बंधनं आणि त्याला आवश्यक असलेल्या बाबींचा विचार, ही त्या माध्यमांची गरज आहे.

हमो,

मुग्धा चिटणीस भावे अण्णांच्या पुण्यतिथीला जेव्हा त्यांच्या कथा सादर करते, तेव्हा आशय न बदलता कथनाच्या 'फॉर्म'चा विचार करावाच लागतो. भावे अण्णांचं निवेदन काहीसं पाल्हाळिक- एक विचार सांगण्यासाठी चार चार

वेगवेगळी विधानं, विशेषणांची खैरात हे भावे अण्णांच्या लिखाणातले विशेष. ती त्यांच्या भाषेची खासीयत. कथाकथनात मात्र ही खासीयत विसरावीच लागते. भावेअण्णांच्या कथेची पुनर्रचना करूनच मुग्धाला त्या कथा बसवून द्याव्या लागतात.

वसुंधराबाई पटवर्धनांचा जेव्हा 'माहेर' मासिकानं सत्कार केला, तेव्हा मुग्धा चिटणीसनं वसुंधराबाईंची एखादी कथा सांगावी, अशी श्री. पु. वि. बेहेरे यांनी इच्छा व्यक्त केली. भावे अण्णांच्या शैलीचा खूप मोठ्या प्रमाणावर, वसुंधराबाईंच्या लेखनावर पगडा आहे आणि तरीही मराठी साहित्यात त्यांना वेगळं स्थान आहे. त्यांची एक कथा आम्ही निवडली. कथनासाठी आवश्यक वाटलेले फेरफार मी मुग्धाला करून दिले. कालांतरानं मला समजलं की वसुंधराबाई नाराज झाल्या. त्यांना ते बदल रुचले नाहीत. वसुंधराबाई जर स्वतः परफॉर्मिंग आर्टिस्ट असत्या, तर हे बदल का करावे लागतात हे त्यांना उमगलं असतं.

कथाकथन या परफॉर्मिंग आर्टचं ज्याला आकर्षण आहे, त्या व्यक्तीनं म्हणूनच बायकांचे संवाद बोलताना कथाकथनात बायकी आवाज काढायची आवश्यकता नाही. त्यांची लकब दाखवावी. फार तर बायकांची माना उडवण्याची, हातवारे करण्याची झलक दाखवावी. तेही सातत्यानं कथा संपेपर्यंत करू नये. कथाकथनकारानं वेगवेगळ्या व्यक्तीचा अभ्यास केला आहे, निरीक्षण केलं आहे, याची फक्त चुणूक दाखवावी. कधी कधी एखादी लकब वा विशिष्ट हालचाल प्रत्यक्ष संवादाचं वा शब्दांचं कार्य करतात किंवा कधी कधी शब्दांपेक्षा जास्त इम्पॅक्ट करतात. तेव्हा या गोष्टींचा वापर तेवढ्याचपुरता.

ज्याप्रमाणे बायकांचे संवाद बायकी आवाजात बोलण्याची आवश्यकता नाही, त्याचप्रमाणे लहान मुलांचा लाडिक, बोबडा आवाज काढायची पण गरज नाही. इथंही फक्त लकब दाखवावी.

'सुरेशनं अक्षरशः हात-पाय झाडून तारांगण केलं.' यासारख्या वाक्याला कथाकथनकारानं स्टेजवर हातपाय झाडण्याची आवश्यकता नाही. घरोघरी लहान मुलं असतात आणि ती हात-पाय कशी झाडतात, ते सगळ्यांना माहीत असतं.

हमो,

हे मी का लिहिलं सांगू? – स्टेजवर लाकडी फळ्या असतात. त्यांचा आवाज होतो. मायक्रोफोनवरून तो तर खूपच तापदायक वाटतो आणि त्याहीपेक्षा महत्त्वाची गोष्ट म्हणजे हे आवाज आपला 'शब्द' खातात. तुम्ही

म्हणाल, कथाकथनाच्या वाटचालीतल्या गंमती कळवायला सांगितल्या तर वपु मला कथाकथनाचे धडे द्यायला लागले.

तो हेतू नाही.

मला इतकंच म्हणायचं होतं की त्या काळात मी जेव्हा कथाकथन स्पर्धेचा परीक्षक म्हणून जात होतो, तेव्हा स्पर्धकांनी केलेल्या वरील चुकांतून कथाकथनात काय काय वर्ज्य ते मी शिकलो.

निव्वळ शब्दांच्या मांडवावर, शब्दांची वेल चढवून, शब्दांचीच फुलं फुलवणारा हा कार्यक्रम. आशयाचा, भावनांचा, संवादाचा सुगंध श्रोत्याला वेढून टाकील, विचार करायला लावील यासाठी ही धडपड. म्हणूनच ज्या ज्या कृतींनी, हालचालींनी, शब्दच खुडला जाईल ते ते सगळं इथं वर्ज्य आहे.

कथाकथन स्पर्धेसाठी जेव्हा कॉलेजतर्फे विद्यार्थी येत असत, तेव्हा त्यांच्या मराठीच्या प्राध्यापकांनी 'कथाकथन' स्पर्धेत कधीही इंटरेस्ट घेऊन विद्यार्थ्यांना मार्गदर्शन केलं नाही, हा अनुभव आहे. म्हणूनच ज्यांच्याजवळ निवेदनाची ताकद होती त्यांची बक्षिसं कथेची निवड चुकल्यामुळे हुकलेली आहेत. त्याच काळापासून सांगण्याची कथा वेगळी आणि लिहिण्याची वा वाचण्याची कथा वेगळी, हा भेद माझ्या मनात स्पष्ट होत गेला. किंवा वाचण्याची कथा जर सांगण्याची वेळ आली तर त्या गोष्टीवर कथनाचे संस्कार घडवावे लागतात, याचं आकलन झालं.

आजवर ही सगळी यातायात केली, ती समाजाशी संवाद साधण्यासाठी. कथा आणि त्यातले तपशील, बारकावे सतत बदलत राहिलो ते जुन्या जुन्या कथांचंही वर्तमानाशी नातं टिकावं म्हणून.

इतर लेखकांच्या कथा सांगणाऱ्या कथाकथनकाराला ऐन वेळी हे असे तपशील बदलत ठेवता येणार नाहीत. पण या क्षेत्रात यश मिळवण्यासाठी तो एकच करू शकतो- कथनासाठी कथेची अचूक निवड आणि मग ती कथा प्रत्यक्ष जगणं. कथनाच्या क्षणी गोष्टी तिथं प्रत्यक्ष घडत आहे असं प्रथम त्याला स्वतःला वाटलं पाहिजे आणि मग त्याला स्वतःला जे जे वाटतंय ते ते सगळं समोर पोहोचवणं आलं. प्रथम फूल फुललं पाहिजे. ते एकदा फुललं की सुगंध पसरवायचा कसा, ते ठरवावं लागत नाही.

हमो,

आजवर माझे तेराशेच्या वर कार्यक्रम झाले. माझ्या या अल्प यशाचं रहस्य कशात आहे, हा प्रश्न सतत विचारला जातो. इतर कारणं व कष्ट आहेतच; पण जेव्हा कष्टांची यादी सांगता येते, तेव्हा ते रहस्य उरत नाही. हे

सगळं करताना रहस्य वेगळंच असतं. ते आज सांगतो.

समोर कुणीतरी ऐकणारा असला की मी आपोआप फुलतो. फुलून येणं हे रहस्य.

पंचवीस वर्षं कथाकथनकाराच्या वाटेवर केवळ श्रावण महिना होता असं मी म्हणालो. हा श्रावण महिना सातत्यानं कुणी टिकवला? तर हजारो प्रेक्षकांनी दिलेल्या टाळ्यांनी आणि दिलखुलास हसून दिलेल्या प्रतिसादांनी. त्या हिरवळीवरून मी चालत आलो. काही व्यक्तींच्या एकेका वाक्याने, वाटेवरची फुलं कधी कोमेजली नाहीत.

प्रख्यात सर्जन डॉ. अजित फडके कथा ऐकून म्हणाले, 'माझ्या मुलाला मी मराठी माध्यमातून शिक्षण दिलं याचा मला आज अभिमान वाटतो.'

सोलापूरचे सिटी इंजिनिअर बुबणे म्हणाले,

'तुम्ही कथाकथन करीत नाही, तुम्ही कथा गाता.' फलटणला एका अज्ञात प्रेक्षकानं स्टेजवर येऊन सांगितलं,

'फलटणची माणसं आयुष्यात पहिल्यांदा इतकी हसली.'

तर वाईला श्री कृष्णामाईच्या उत्सवात कार्यक्रम झाला तेव्हा दोन-तीन हजार प्रेक्षकांसाठी मांडव घातलेला असून, जवळजवळ चार हजारांवर माणसं उपस्थित राहिली, तेव्हा एका अतिवृद्ध माणसानं आशीर्वादाच्या थाटात म्हटलं,

'आपण मोठा मांडव बांधू शकता, हा कार्यकर्त्यांना गर्व होता. तुम्ही त्यांचं गर्वहरण केलंत.'

'हमो,

असं कितीतरी जे जे घडलं ते ते सांगता येईल. पण पुनः 'ही पटकथाकाराची लेखणी' या आरोपाची दहशत वाटते म्हणून थांबतो.

अनेक गावी अनेक कार्यक्रम केले. गल्लीबोळापासून साहित्य संमेलनाच्या मांडवापर्यंत केले. लंडन, अमेरिका, कॅनडा, मस्कत, दुबईसारखे परदेश झाले. पण या सर्वांत आवडती वास्तू कोणती सांग?

बालगंधर्व रंगमंदिर – पुणे.

यामागे एक भावनेचं, रक्ताचं आणि रंगाचं नातं. माझ्या अण्णांनी-नेपथ्यकार पु. श्री. काळ्यांनी रंगवलेले पडदे वर मंडपीला बांधलेले असतात. कधी कधी कार्यक्रम संपला की मी त्यातला जंगलाचा किंवा बागेचा पडदा खाली उलगडायला लावतो. झाडांच्या मागून गवताच्या हिरव्या गालिच्यामधून जाणाऱ्या पडद्यावरच्या त्या पायवाटा मी डोळे भरून पाहतो. पडद्यावरचा तो

अण्णांनी रंगवलेला, फुलवलेला श्रावण गेली पंचवीस वर्षं मला सोबत करीत आहे, पडद्यावर संपवलेली पायवाट तिथून माझ्या पावलांखाली उलगडत जाते.

तुमचा,

व. पु. काळे

■

मायाबाजार

वपु काळे

वपुंच्या कथाविश्वात मध्यमवर्गीय जीवन केंद्रवर्ती असले, तरीही मध्यमवर्गीय जीवनाच्या ठरावीक चाकोरीच्या या कथा नाहीत.

सामान्य माणसाच्या सामान्य जीवनातल्या 'असामान्य' सुखदुःखांना उद्गार देणाऱ्या या कथा आहेत. हलक्याफुलक्या, मिस्किल, विनोदी शैलीचे अधिष्ठान 'वपुं'च्या कथांना असले, तरीही त्यांच्या कथा कधी 'आचरट' होत नाहीत. त्यांच्या कथानिवेदनात एकप्रकारचा संयतपणा आहे. वाचकांना खुलवणाऱ्या, हसवणाऱ्या रंजकतेचे अधिष्ठान आहे. हव्यास म्हणून त्यांच्या कथा 'स्वस्त रंजकते'ला थारा देत नाहीत.

लेखक बहुश्रुत असल्यामुळे या कथाविश्वात विविधता व विपुलता आहे. त्यात अनुभवाचा तोचतोचपणा नाही. त्यांच्या कथा या ना त्या प्रकारे सामान्यातल्या सामान्य वाचकांच्या मनोविश्वाला स्पर्श करून जातात. त्या स्पर्शाने वाचक अंतर्मुख व्हावा असे सामर्थ्य 'वपुं'च्या कथेत आहे.